TRIỀU NGUYỄN VÀ CÔNG CUỘC MỞ ĐẤT PHƯƠNG NAM
Nam Sơn Trần Văn Chi

TRIỀU NGUYỄN VÀ CÔNG CUỘC MỞ ĐẤT PHƯƠNG NAM

Nam Sơn Trần Văn Chi

In ấn và phát hành tại California, Hoa Kỳ:
NXB Xưa và Nay ấn hành Lần Thứ Nhất, 2013
NXB SỐNG - Tái bản - In Lần Thứ Hai, 2024

Copyright© by Trần Văn Chi
All rights reserved
ISBN # 979-8-8693-5326-9

Đánh máy: Vũ Đình Trọng
Trình bày bìa và dàn trang: Lê Giang Trần

***

Hình ảnh minh họa được sưu tầm trên mạng, chúng tôi xin trân trọng cảm ơn quý tác giả và các nguồn mạng cung cấp hình ảnh, tài liệu mà chúng tôi sử dụng trong tập sách này.

Nam Sơn Trần Văn Chi

TRIỀU NGUYỄN VÀ CÔNG CUỘC MỞ ĐẤT PHƯƠNG NAM

NXB SỐNG - Tái bản - In Lần Thứ Hai - 2024

MỤC LỤC

Lời Nói Đầu
Trong Lần Tái Bản Năm 2024 15

Phần I
TỔ TIÊN MỞ ĐẤT

1. Các Quốc hiệu theo lịch sử 21
2. Lãnh thổ mở xuống phương Nam 25
   Thời tự chủ 26
   Nhà Hậu Lê 27
   Thời kỳ Trịnh, Nguyễn 28
   Hoàn thiện lãnh thổ 29
3. Khai phá đất Chân Lạp 31
   Lập huyện Phước Long và Tân Bình 31
   Mạc Cửu dâng Hà Tiên 31
   Sáp nhập Tây Nguyên vào Đại Nam 34

Phần II
CHÍN CHÚA MƯỜI BA VUA

1. Chín Chúa 37
   Công của các Chúa Nguyễn 39

2. Mười Ba Vua Nguyễn 41
   Cây Phả Hệ Nhà Nguyên 42
   Vài nét cá biệt của 13 vua 44
   Dấu ấn nhà Nguyễn trong lịch sử 44

Phần III
BẢO ĐẠI
VỊ HOÀNG ĐẾ CUỐI CÙNG
CỦA TRIỀU NGUYỄN

1. Đi Pháp "học làm vua" 49
2. Hồi loan 52
3. Cải cách triều nghi 54
4. Khẩu hiệu: "Dân vi quý" 56
   Ý nghĩa đặc biệt của cờ quẻ Ly 57
   Giá trị của Chánh phủ Trần Trọng Kim 58
5. Thoái vị 58
   Vĩnh Thụy làm cố vấn cho CP. Việt Minh 59
6. Những ngày ở Hồng Kông 60
7. Tuyên ngôn Vịnh Hạ Long và Hiệp ước Elysée 63
8. Quốc ca và Quốc kỳ Việt Nam 65
   Y nghĩa của cờ màu vàng và 3 sọc đỏ: 67
9. Quốc Trưởng "Quốc Gia Việt Nam" 67
10. Ngô Đình Diệm truất phế Bảo Đại 71
11. Bảo Đại, những ngày cuối đời 73
12. Kết Luận 77

Thư mục tham khảo (Phần I, II, III) 79

MỤC LỤC
Triều Nguyễn Và Công Cuộc Mở Đất Phương Nam | 9

Phần IV
ĐẤT NƯỚC CON NGƯỜI LỤC TỈNH

1. Bản sắc con người Lục Tỉnh	83
Thờ "Cửu huyền thất tổ"	88
2. Châu Đốc - Vùng đất sau cùng	91
Châu Đốc theo thời gian	92
Châu Đốc với Kinh Vĩnh Tế	94
Xây Chùa Tây An - Trấn Yên cõi Tây	95
3. Đồng Tháp Mười	98
Lúa Trời Đồng Tháp	100
Đặc sản Đồng Tháp Mười	101
Mắm kho bông súng...	102
4. Ngã Bảy Phụng Hiệp	106
Chợ nổi Ngã Bảy	109
Chợ rắn Phụng Hiệp	111
5. Bắc Chợ Gạo Xưa và Nay	113
Kinh xáng cạp Chợ Gạo	113
Bắc Chợ Gạo	117
Chợ Gạo thị trấn giữa đường	118
6. Địa danh An Giang xuất hiện năm 1779	121
Người Chăm ở An Giang	123
Văn hóa Chăm độc đáo	124
Lụa Mỹ A Tân Châu một thời vang bóng	125
7. Bàn Thông Thiên ở Lục Tỉnh	130
"Bàn thiên" có từ thời khai hoang	131
8. Gò Công "Năm Thìn bão lụt"	138
Gò công năm xưa	138
Năm Thìn bão lụt	140

9. Cù lao Ông Chưởng — 145
    Tiểu sử Nguyễn Hữu Cảnh — 148
    Về nguồn gốc của tên Chợ Mới — 150
10. Pháo Đài - Gò Công — 152
    Một chút lịch sử Gò Công — 153
    Trương Công Định xây lũy Pháo Đài — 154
    Địa danh "Đám lá tối trời" — 156
    Bà Từ Dụ — 157
    Nam Phương Hoàng hậu — 158
11. Tha La xóm đạo ngày xưa — 161
    Tha La xóm đạo trong thơ Vũ Anh Khanh — 162
    Tha La xóm đạo Tây Ninh — 165
    Về Tha La tìm ăn món ngon — 168
12. Hát Tiều ở Bạc Liêu — 169
    Hát Quảng - Hát Tiều — 172
    Cải lương Hồ Quảng — 173

PHẦN V
MỘT THỜI ĐỂ NHỚ

1. Chiếc áo tơi ngày xưa — 179
2. Chiếc áo Bà Ba miền Nam — 187
3. Chiếc bàn ủi của mẹ ngày xưa — 193
4. Chiếu Cà Mau — 200
    Chiếu Cà Mau xưa và nay — 204
5. Con Heo Đất Ngày Tết — 209
    Tại sao dùng con heo đất để bỏ ống? — 210
    Con heo đất Lái Thiêu ra đời hồi nào? — 213

MỤC LỤC
Triều Nguyễn Và Công Cuộc Mở Đất Phương Nam

6. Con trâu trong đời sống người Việt xưa	217
Lễ Rước Mục Đồng diễn ra thế nào?	220
Con trâu đất	221
7. Đại Nhạc Hội Tết của người Sài Gòn xưa	225
Út Trà Ôn "đệ nhứt danh ca"	228
"Quái Kiệt" Trần Văn Trạch	232
8. Cầm chầu hát bội cúng đình	236
9. Tập tục "Cưới Vợ Ăn Tết"	243
10. Nụ cười ngày Tết	254
Cái cười của người Việt xưa nay	255
Nụ cười Di Lặc ngày Tết	257
11. Văn Hóa Uống Rượu Của Người Việt	261
Rượu Ta rượu Tây	262
Lời chúc rượu	265
Từ đâu mà có lời chúc rượu?	267
12. Đình làng Việt Nam	270
13. Cưới Hỏi Xưa Và Nay	276
Làm rể, ở rể	280
Làm rể khác "ở rể"	281
Thế nào là hôn nhân không đúng phép?	282
"Để vợ" và "không được phép để vợ"	284
14. Lái Thiêu với người Sài Gòn xưa	286
15. Báo chí Sài Gòn ngày xưa	294
Tờ báo xuất hiện ở Việt Nam từ khi nào?	295
Người làm báo là "giới trí thức"	298
Báo chí Việt Nam phát triển thế nào?	301
16. Người con gái Bến Tre	303
Dừa Xiêm Lùn - đặc sản Bến Tre	307

Bẻ dừa Xiêm không dùng sào	308
17. Xà bông Cô Ba	312
Nhiều giai thoại về Cô Ba Xà Bông	313
Trương Văn Bền gốc Tàu Minh Hương	317
Bỏ nghề công chức sang nghề buôn bán	318
Rồi lập Xưởng này sản xuất đủ loại dầu	319
Từ xưởng chế dầu đến nhà máy xà bông	319
Cuối đời sống tại Pháp	321
Hoạt động kinh tế chính trị trong xã hội	322
Kết luận	323
18. Phép Vua thua lệ Làng	324
CÙNG TÁC GIẢ	331
Tác Phẩm Đã Xuất Bản	331
Đón Đọc Tác Phẩm Sắp In	331

Học giả GS. Trần Văn Chi
Nhà nghiên cứu miền Nam

Trước năm 1975:
*Giảng Viên Phó Khoa Trưởng
Viện Đại Học Hòa Hảo
tại Long Xuyên*

Lời Nói Đầu
Trong Lần Tái Bản Năm 2024

Nhà Nguyễn trị vì nước ta 143 năm với 13 vị vua, bắt đầu từ vua Gia Long (1802-1819) và chấm dứt với vua Bảo Đại (1925-1945). Bảo Đại là ông vua thoái vị. Việc Bảo Đại thoái vị đã đóng lại chế độ phong kiến trong lịch sử Việt Nam. Bảo Đại là nhân vật lịch sử trong thế kỷ XX, lúc bấy giờ đất nước Việt Nam đầy nhiễu loạn, bất an, trong một thế giới nhiều biến động.

Trong các triều đại phong kiến Việt Nam, Bảo Đại là vị vua có được "chuẩn bị chu đáo" để lên ngôi Hoàng Đế. Bảo Đại còn được thừa kế một lãnh thổ mở rộng xuống phương Nam bao gồm Chiêm Thành và Chân Lạp, tới Cà Mau, với dân số cả nước là 25 triệu người.

Cuốn sách này trong lần in thứ Nhất, trong ý nghĩa tưởng niệm, nên được chúng tôi dùng theo nội dung của PHẦN III, đề tựa sách là *Bảo Đại Vị Hoàng Đế Cuối Cùng Của Nhà Nguyễn* bao gồm 3 phần và Phụ đính, tất cả có 288 trang với nhiều hình ảnh lịch sử và minh họa.

Lần tái bản năm 2024, xét thấy nội dung của cuốn sách mở rộng, và để độc giả có cái nhìn bao quát hơn về đất phương Nam, bao gồm những địa danh mang tính lịch sử, văn hóa và con người… đã hình thành qua công cuộc khai phá và mở đất về phương Nam nước Việt, để sau đó nhà Nguyễn tiếp tục *Mở Đất Đàng Trong*, tính đến vị hoàng đế cuối cùng là Bảo Đại, triều Nguyễn đã góp phần định hình cho Miền Nam nước Việt Nam trở thành danh tiếng, như **Thủ Đô Saigon** được mệnh danh là *"Hòn Ngọc Viễn Đông"* và nhanh chóng phát triển văn hóa, văn học, nghệ thuật v.v.

Do vậy, chúng tôi đã để tựa sách cho lần tái bản này trở về sau là: **Triều Nguyễn Và Công Cuộc Mở Đất Phương Nam:**

Phần I - *Tổ Tiên Mở Đất*. Ghi lại tên tất cả các Quốc hiệu nước ta theo thời gian cùng cương vực tương ứng, và đặc biệt là công cuộc khai phá xuống Phương Nam.

Phần II - *Chín Chúa Mười Ba Vua Nguyễn*.

Phần III - *Bảo Đại, Vị Hoàng Đế Cuối Cùng của Triều Nguyễn*.

Phần Phụ đính chung nay chia riêng hai tiêu đề:

Phần IV *"Đất Nước Con Người Lục Tỉnh"*
Phần V *"Một Thời Để Nhớ"*

Để chúng tôi giới thiệu đến quý bạn đọc một số địa danh cùng tánh khí của con người vùng đất mới khai phá, đã một thời gắn bó với công cuộc khởi nghiệp của nhà Nguyễn. Hai Phần nầy cũng nhằm ghi nhận công lao của các đời Chúa Nguyễn *Mở Đất Đàng Trong*.

Bảo Đại là ông Vua, là nhà lãnh đạo có hạng của Việt Nam trong thế kỷ XX.

Ông có công hình thành **"Quốc Gia Việt Nam"** thống nhứt, với Quốc Ca, Quốc Kỳ và với nền Giáo Dục Nhân bản Khoa học Khai phóng, làm đối trọng với chủ nghĩa Cộng sản bấy giờ.

Bảo Đại, ông là vị Hoàng đế không tham quyền cố vị, biết quyền lực của mình. Biết thời thế, nên tuyên bố thoái vị và để lại câu nói lịch sử: *"Làm dân một nước độc lập hơn làm vua một nước nô lệ."*

*

Lịch sử tuy không hoàn toàn lặp lại giống nhau, nhưng những bài học lịch sử luôn có giá trị cho hậu thế. Hy vọng cuốn sách **Triều Nguyễn Và Công Cuộc Mở Đất Phương Nam** sẽ đem đến cho quý độc giả những phút giây đọc sách thoải mái và bổ ích trong cuộc sống với tinh thần *"uống nước nhớ nguồn."*

Xin đón nhận mọi ý kiến đóng góp quý báu của bạn đọc gần xa.

Tác giả

Nam Sơn Trần Văn Chi

(Lập Xuân Giáp Thìn - 2024)

Phần I
TỔ TIÊN MỞ ĐẤT

1. Các Quốc hiệu theo lịch sử
2. Lãnh thổ mở xuống phương Nam
3. Khai phá đất Chân Lạp

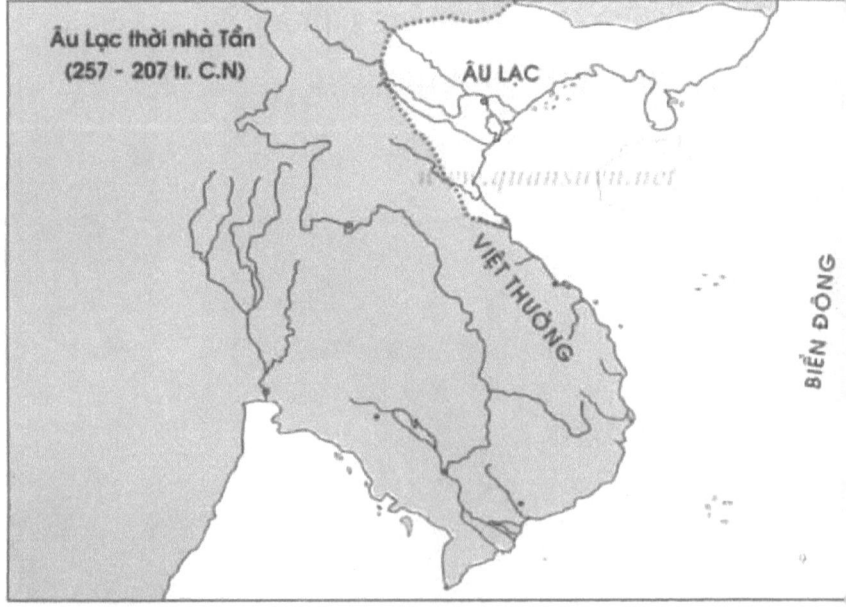

Năm 257 trước công nguyên, nước Âu Lạc được dựng lên từ liên kết các bộ lạc Lạc Việt (Văn Lang) và Âu Việt.

Tổ Tiên Mở Đất

Dưới thời cai trị của Tàu, Việt Nam bị họ gọi là An Nam, có nghĩa là *"phía Nam yên bình"* theo hy vọng của họ. Khi giành lại độc lập, Việt Nam được gọi là Đại Cồ Việt, Đại Ngu hay Đại Việt. Năm 1804, thời vua Gia Long nhà Thanh đặt tên nước ta là Việt Nam.

Năm 1838, dưới thời Nguyễn, tên nước được đổi tạm thời thành Đại Nam. Dưới thời thực dân Pháp, Việt Nam bị chia thành: **Tonkin** (Bắc kỳ hay Bắc Việt Nam), **Annam** (Trung kỳ hay Trung Việt Nam), và **Cochinchine** (Nam kỳ hay Nam Việt Nam).

1. Các Quốc hiệu theo lịch sử

Việt Nam qua các thời kỳ lịch sử đã dùng nhiều quốc hiệu (tên chính thức của quốc gia) khác nhau. Các quốc hiệu này đều được ghi chép trong các sách sử Việt Nam, hoặc được chính thức sử dụng trong nghi thức ngoại giao quốc tế. Đó là:

- ***Văn Lang***. Được coi là quốc hiệu đầu tiên của Việt Nam. Lãnh thổ gồm khu vực Đồng bằng Bắc Việt và ba tỉnh Thanh Hóa, Nghệ An, Hà Tĩnh bây giờ. Kinh đô đặt ở Phong Châu.

- *Âu Lạc.* Năm 257 trước công nguyên, nước Âu Lạc được dựng lên, từ liên kết các bộ lạc Lạc Việt (Văn Lang) và Âu Việt, bao gồm lãnh thổ của Văn Lang trước đây và một phần đông nam Quảng Tây (Trung Hoa).

- *Vạn Xuân.* Là quốc hiệu của Việt Nam trong một thời kỳ độc lập ngắn ngủi dưới sự lãnh đạo của Lý Nam Đế. Quốc hiệu này tồn tại từ năm 544 đến năm 602.

- *Đại Cồ Việt.* Là quốc hiệu của Việt Nam từ thời nhà Đinh đến đầu thời nhà Lý, do Đinh Tiên Hoàng đặt năm 968. Quốc hiệu này tồn tại 86 năm đến năm 1054, đời vua Lý Thánh Tông đổi sang quốc hiệu khác là Đại Việt.

- *Đại Việt.* Là quốc hiệu của Việt Nam từ thời nhà Lý, bắt đầu từ năm 1054, khi vua Lý Thánh Tông lên ngôi. Quốc hiệu này tồn tại không liên tục (gián đoạn 7 năm thời nhà Hồ và 20 năm thời thuộc Minh), đến năm 1804, trải qua các vương triều Lý, Trần, Lê, Mạc và Tây Sơn, khoảng 743 năm.

- *Đại Ngu.* Là quốc hiệu của Việt Nam thời nhà Hồ, từ năm 1400. Chữ Ngu ở đây có nghĩa là "sự yên vui, hòa bình".

- *Việt Nam.* Quốc hiệu Việt Nam chính thức xuất hiện vào thời nhà Nguyễn. Vua Gia Long sau khi lên ngôi đã đề nghị nhà Thanh công nhận quốc hiệu Nam Việt, với lý lẽ rằng "Nam" có ý nghĩa "An Nam" còn "Việt" có ý nghĩa "Việt Thường". Tuy nhiên tên Nam

PHẦN I
TỔ TIÊN MỞ ĐẤT

23

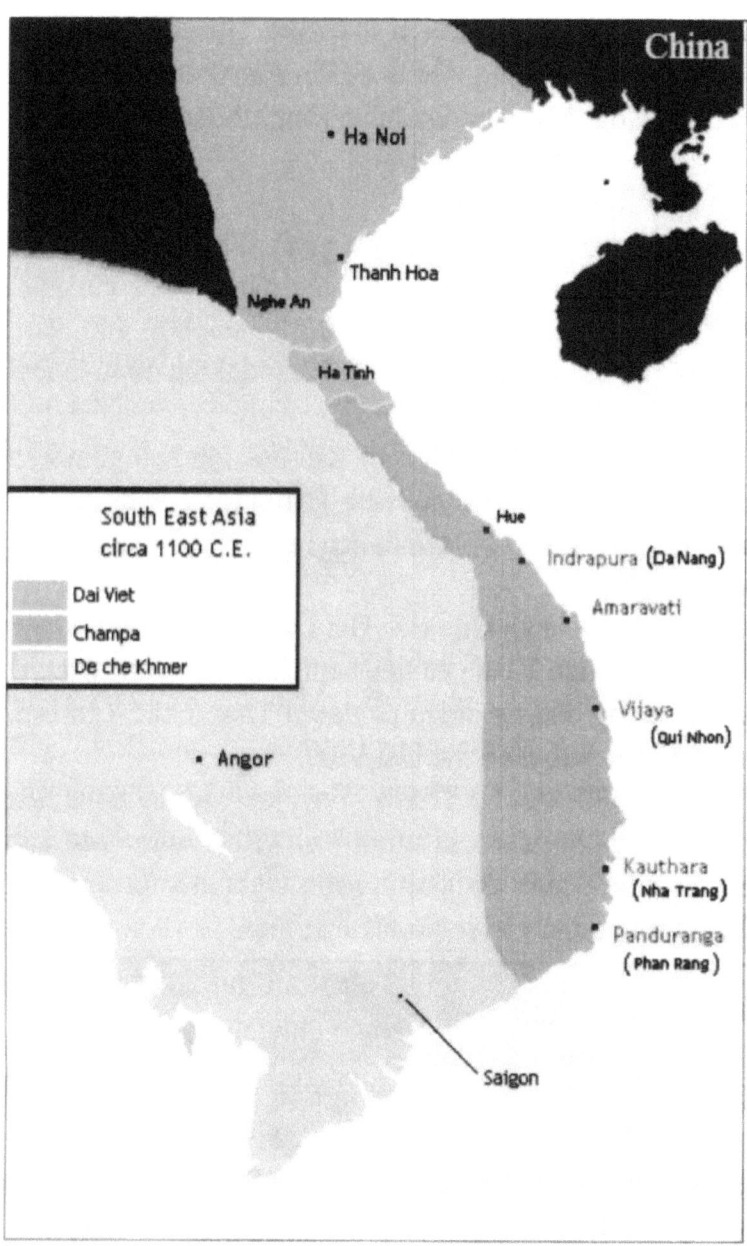

Lãnh thổ nước Đại Việt.

Việt trùng với quốc hiệu của quốc gia cổ Nam Việt thời nhà Triệu, gồm cả Quảng Đông và Quảng Tây của Trung Hoa. Nhà Thanh yêu cầu nhà Nguyễn đổi ngược lại thành Việt Nam để tránh nhầm lẫn, và chính thức tuyên phong quốc hiệu này năm 1804.

- *Việt Nam Dân Chủ Cộng Hòa.* Việt Nam Dân chủ Cộng hòa là tên gọi của những vùng Việt Minh chiếm đóng ở Bắc Việt từ 1945 và miền Bắc Việt Nam từ 1954 đến 1976 do quyết định của Hội nghị Geneve. Nhà nước này được thành lập vào ngày 2 tháng 9 năm 1945 do Hồ Chí Minh cướp chánh quyền tại Hà Nội.

Nhiều vùng lãnh thổ còn lại do chánh quyền Quốc Gia chiếm đóng đến năm 1975.

- *Quốc gia Việt Nam.* État du Vietnam, là danh xưng của toàn bộ vùng lãnh thổ Việt Nam, ra đời chính thức từ Hiệp ước Elysée ký ngày 8 tháng 3 năm 1949, giữa Tổng thống Pháp Vincent Auriol và Cựu hoàng Bảo Đại. Về danh nghĩa, chính quyền thuộc khối Liên hiệp Pháp, độc lập, đối kháng và tồn tại trên cùng lãnh thổ với chính quyền Việt Nam Dân chủ Cộng hòa.

Danh xưng Quốc gia Việt Nam tồn tại trong 6 năm (1949-1955). Năm 1955, Ngô Đình Diệm phế truất Quốc trưởng Bảo Đại, giải tán Quốc gia Việt Nam, thành lập chính quyền Việt Nam Cộng hòa.

- *Việt Nam Cộng Hòa:* là tên gọi quốc gia được thành lập tại miền Nam Việt Nam, kế tục Quốc gia Việt Nam (1949-1955).

Trong cuộc trưng cầu dân ý miền Nam Việt Nam, 1955, Thủ Tướng Ngô Đình Diệm đã phế truất Quốc trưởng Bảo Đại, thành lập chính quyền Việt Nam Cộng Hòa. Chính quyền này tồn tại độc lập với Việt Nam Dân Chủ Cộng Hòa trong 20 năm và sụp đổ vào năm 1975.

- *Cộng Hòa Miền Nam Việt Nam:* là tên gọi mà Mặt trận Dân tộc Giải phóng miền Nam Việt Nam, một tổ chức được Việt Nam Dân Chủ Cộng Hòa -Bắc Việt- hậu thuẫn đặt ra cho miền Nam Việt Nam để chống lại chính quyền Việt Nam Cộng Hòa. Danh xưng này tồn tại trong 7 năm (1969-1976), sau đó, chính phủ Lâm thời Cộng Hòa Miền Nam Việt Nam đã bị giải tán để hợp nhất với Việt Nam Dân Chủ Cộng Hòa.

- *Cộng Hòa Xã Hội Chủ Nghĩa Việt Nam:* Ngày 2 tháng 7 năm 1976, Quốc hội khóa 6 nước Việt Nam Dân chủ Cộng hòa đã quyết định đổi tên nước thành Cộng hòa Xã hội Chủ nghĩa Việt Nam. Quốc hiệu này được sử dụng từ đó đến nay.

2. Lãnh thổ mở xuống phương Nam

- *Thời Hồng Bàng* lãnh thổ rộng lớn từ phía nam sông Dương Tử (bên Tàu) đến vùng Thanh Hóa.

- *Thời Văn Lang* bộ tộc Lạc Việt hình thành trên vùng đồng bằng sông Hồng, đồng bằng sông Mã và đồng bằng Sông Lam.

- *Thời Âu Lạc*, nước Âu Lạc có lãnh thổ từ phía nam sông Tả Giang (Quảng Tây - Trung Hoa) kéo xuống đây Hoành Sơn (Hà Tĩnh).

- *Thời "ngàn năm Bắc thuộc"*: Thời kỳ này, Việt Nam chịu sự cai quản của các triều đại Trung Hoa. Lãnh thổ có tiến về phía nam đến vùng Hà Tĩnh hiện nay, thỉnh thoảng các quan cai trị Giao Chỉ (hoặc Giao Châu) tiến xuống phía nam đánh Chiêm Thành và đưa thêm vùng đất từ đèo Ngang đến đèo Hải Vân vào cai trị nhưng không giữ được lâu vì sau đó Chiêm Thành thường lấy lại được.

Thời tự chủ

Việt Nam chính thức vào kỷ nguyên độc lập từ khi Ngô Quyền đánh bại nhà Nam Hán vào năm 938. Năm 968, Đinh Tiên Hoàng đặt quốc hiệu trở lại sau hơn 400 năm, là Đại Cồ Việt, sau đó Lý Thánh Tông đổi tên nước là Đại Việt năm 1054.

- Lãnh thổ Việt Nam thời kỳ đầu độc lập bao gồm khu vực đồng bằng Bắc Việt và 3 tỉnh Thanh Hóa Nghệ An, Hà Tĩnh, tương đương với lãnh thổ của nước Văn Lang của các vua Hùng.

Năm 1159, nhân khi nước Đại Lý suy yếu, vua Lý Anh Tông và Tô Hiến Thành đã tiến hành thu phục vùng đất của các tù trưởng dân tộc thiểu số người Thái ở bắc Yên Bái, nam Lào Cai vào lãnh thổ Đại Việt.

- Năm 1478, vua Lê Thánh Tông, sau khi thu phục tiểu vương quốc Bồn Man của người Thái đã sáp nhập vùng Sơn La, các huyện phía tây Thanh Hóa, Nghệ An và tỉnh Hủa Phăn của Lào ngày nay vào đất Đại Việt.

Tiếp theo, các triều đại của Việt Nam liên tục mở rộng lãnh thổ xuống phía Nam.

PHẦN I
TỔ TIÊN MỞ ĐẤT

- Năm 1069, Lý Thánh Tông nam chinh đánh Chiêm Thành và bắt được vua Chiêm là Chế Củ (Jaya Rudravarman) về Thăng Long. Để được tha vua Chiêm đã cắt vùng đất phía bắc Chiêm Thành gồm ba châu Bố Chính, Ma Linh, Địa Lý cho Đại Việt, phần đất mà ngày nay là tỉnh Quảng Bình và bắc Quảng Trị.

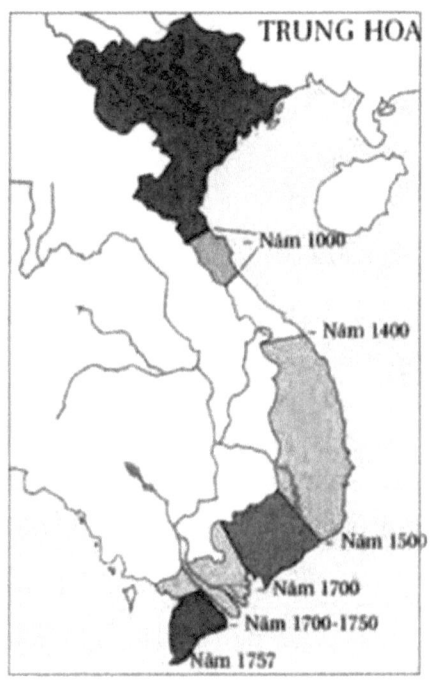

Tiến trình Nam tiến của dân tộc Việt Nam.

- Năm 1306 vua Chế Mân (Jaya Simhavarman) của Chiêm Thành cắt đất hai châu Ô và Rý cho vua Trần Anh Tông để làm sính lễ cưới công chúa Huyền Trân của Đại Việt, vùng đất mà ngày nay là nam Quảng Trị và Thừa Thiên-Huế. Biên giới phía nam của Đại Việt lúc này tiến đến đèo Hải Vân.

Nhà Hậu Lê

- Năm 1471 vua Lê Thánh Tông đưa 20 vạn quân tiến đánh vào kinh đô Vijaya (Bình Định) của Chiêm Thành, kinh đô Vijaya bị thất thủ. Lê Thánh Tông đã sáp nhập vùng đất bắc Chiêm Thành vào Đại Việt (ngày nay là 3 tỉnh Quảng Nam, Quảng Ngãi, Bình Định). Phần đất còn lại của Chiêm Thành vua Lê Thánh Tông đã chia làm 3 vương quốc và giao cho tướng, hoàng thân còn lại của Chiêm Thành trấn giữ và có nghĩa vụ triều cống Đại Việt. Đến năm 1471 lãnh thổ phía nam của Đại Việt tiến đến đèo Cù Mông (ranh giới giữa Bình Định và Phú Yên ngày nay).

Thời kỳ Trịnh, Nguyễn

Nhà Nguyễn tiến hành những đợt nam tiến, mở rộng lãnh thổ Đại Việt chưa từng thấy.

- Năm 1611, chúa Nguyễn Hoàng tiến chiếm vùng đất của Chiêm Thành mà ngày nay là Phú Yên.

- Năm 1653, chúa Nguyễn Phúc Tần tiến chiếm vùng Khánh Hòa của Chiêm Thành.

- Năm 1693, tướng Nguyễn Hữu Cảnh tiến chiếm và chính thức sáp nhập phần còn lại của vương quốc Chiêm Thành là Bình Thuận, Ninh Thuận, tuy nhiên chính quyền Đàng Trong vẫn dành cho người Chăm chế độ tự trị ở đây cho đến năm 1832.

- Năm 1698, Nguyễn Hữu Cảnh vào Sài Gòn lập dinh, chia trấn, bổ nhiệm quan lại chính thức đưa khu vực các tỉnh miền Đông Nam Việt của Chân Lạp vào lãnh thổ Đàng Trong.

- Năm 1708, Mạc Cửu, người khai phá vùng đất Hà Tiên, Kiên Giang (của Chân Lạp) xin nội thuộc chúa Nguyễn, chúa Nguyễn phong chức Tổng binh cai quản.

- Từ năm 1736-1739, Mạc Thiên Tứ (con Mạc Cửu) khai phá thêm vùng đất Cà Mau, Bạc Liêu, Cần Thơ (của Chân Lạp) đưa vào lãnh thổ Đàng Trong.

- Năm 1732, chúa Nguyễn Phúc Chu tiến chiếm và sáp nhập vùng đất ngày nay là Vĩnh Long, Bến Tre.

- Năm 1756, vua Chân Lạp là Nặc Nguyên (Ang Tong) sau khi bị chúa Nguyễn Phúc Khoát đánh bại đã dâng vùng đất Tân An, Gò Công để cầu hòa.

- Năm 1757, vua Nặc Nguyên chết, chú là Nặc Nhuận dâng vùng đất Trà Vinh và Sóc Trăng để được chúa Nguyễn Phúc Khoát phong làm vua Chân Lạp. Sau khi Nặc Nhuận chết, chúa Nguyễn Phúc Khoát đã hỗ trợ Nặc Tôn (Outey II) lên ngôi và bảo vệ trước sự tấn công của Xiêm La, vua Nặc Tôn đã dâng vùng đất ngày nay là Châu Đốc, Sa Đéc cho chúa Nguyễn.

Hoàn thiện lãnh thổ

Năm 1816, vua Gia Long chính thức cho cắm cờ, xác lập chủ quyền, giao đội Hoàng Sa và đội Bắc Hải thay mặt quản lý hai quần đảo Hoàng Sa và Trường Sa. Trước đó khoảng 200 năm các chúa Nguyễn cũng đã lập đội Hoàng Sa hằng năm đi ra các đảo tìm kiếm sản vật.

Năm 1830, vua Minh Mạng sáp nhập vùng Tây Nguyên vào lãnh thổ Việt Nam, tuy nhiên các bộ tộc người Thượng vẫn được quyền tự trị của mình cho tới năm 1898 khi người Pháp trực tiếp tổ chức cai trị ở đây.

Sau khi thành lập liên bang Đông Dương năm 1887, người Pháp đã có những tranh chấp với nhà Thanh ở phía bắc về lãnh thổ. Tới năm 1895, từ công ước Pháp-Thanh 1895 đã đưa về phần lớn vùng đất Lai Châu, Điện Biên và một phần Lào Cai ngày nay thuộc về xứ Bắc kỳ.

*

Tóm lại thoạt đầu, lãnh thổ Việt Nam bao gồm khu vực châu thổ sông Hồng (hiện nay). Do đặc điểm địa lý, cùng hoàn cảnh lịch sử, các triều đại phong kiến Việt Nam vì nhu cầu tồn tại chỉ có thể lần lượt khai phá về phương Nam. Hành trình Nam tiến kéo dài gần 700 năm, nâng diện tích lãnh thổ từ ban đầu độc lập đến khi hoàn thành lên 3 lần. Từ thế kỷ 11 đến giữa thế kỷ 18 là thời kỳ lãnh thổ Việt Nam về cơ bản được hình thành ổn định:

- Năm 1069, lãnh thổ VN tới Quảng Bình và bắc Quảng Trị.

- Năm 1306 lãnh thổ VN phía nam tới đèo Hải Vân.

- Đến năm 1470 lãnh thổ VN tới phía nam Phủ Yên ngày nay.

- Năm 1693 lãnh thổ tới Bình Thuận.

Tuy nhiên, do sự kháng cự của người Champa và cũng cần tập trung cho việc khai phá đất phương Nam của Chân Lạp nên qua năm 1697, chúa Nguyễn đổi Thuận Phủ ra làm Thuận Thành Trấn, dành cho người Chăm cơ chế tự trị nhưng vẫn thuộc sự bảo hộ của chúa

Nguyễn. Đến năm 1832, vua Minh Mạng xóa bỏ cơ chế tự trị trên và lập thành tỉnh Bình Thuận.

3. Khai phá đất Chân Lạp

Trong thời kỳ này, nhiều lưu dân Việt ở Đàng Trong bỏ dải đất miền Trung khắc nghiệt, vào khai khẩn đất làm ruộng ở Bà Rịa, Đồng Nai, Sài Gòn vốn là đất của Chân Lạp. Chúa đặt trạm thu thuế và cử một đội quân mạnh để giữ gìn an ninh cũng như đặt các quan cai trị và thu thuế.

Lập huyện Phước Long và Tân Bình

Năm 1698, Chúa Nguyễn Phúc Chu sai Nguyễn Hữu Cảnh làm kinh lược đất Chân Lạp. Ông vào Nam chia đất Đông Phố ra làm dinh, làm huyện, lấy Đồng Nai làm huyện Phúc Long và Sài Gòn làm huyện Tân Bình. Ông đặt Trấn Biên dinh (Biên Hòa), đất Trấn Biên thì lập làm xã Thanh Hà, và Phiên Trấn dinh (Gia Định), đất Phan Trấn thì lập làm xã Minh Hương, rồi sai quan vào cai trị. Chúa Nguyễn lại chiêu mộ thêm những người lưu dân từ Quảng Bình trở vào để lập ra thôn xã và khai khẩn ruộng đất, những người Việt và Tàu ở đây đều thuộc về sổ bộ nước Việt của chúa Nguyễn.

Mạc Cửu dâng Hà Tiên

Mạc Cửu, một người gốc Quảng Đông, khi nhà Thanh cướp ngôi nhà Minh. Ông đã cùng gia quyến bỏ chạy vào Chân Lạp năm 1680 khai khẩn và cai quản 7 xã gồm toàn lưu dân, gọi là Hà Tiên, Mạc Cửu mở rộng đất đai của mình gồm vùng đất Hà Tiên, Rạch Giá, Phú Quốc khi đó đang thuộc Chân Lạp nhưng Chân Lạp không kiểm soát được.

Năm 1708 để tránh áp lực thường xuyên của Xiêm La sang cướp phá, Mạc Cửu đã dâng đất khai phá xin nội thuộc về chúa Nguyễn Phúc Chu, chúa Nguyễn đổi tên thành Trấn Hà Tiên, phong cho Mạc Cửu làm chức Tổng binh, cai quản đất Hà Tiên. Khi Mạc Cửu mất, con là Mạc Thiên Tứ lại được làm chức đô đốc, tiếp tục cai quản Hà Tiên. Mạc Thiên Tứ đắp thành, xây lũy, mở chợ, làm đường và đưa người về dạy Nho học để khai hóa đất Hà Tiên.

Từ năm 1735-1739 Mạc Thiên Tứ mở rộng đất đai kiểm soát của mình sang bán đảo Cà Mau, Bạc Liêu, Hậu Giang, Cần Thơ. Đưa thêm các vùng đất mới này vào Trấn Hà Tiên thuộc lãnh thổ Đàng Trong.

Năm 1732, chúa Nguyễn Phúc Chu tiến chiếm vùng đất ngày nay là Vĩnh Long, Bến Tre, dựng dinh Long Hồ trực thuộc phủ Gia Định.

Năm 1756, biết vua Chân Lạp là Nặc Nguyên (Ang Tong) thông sứ với chúa Trịnh ở ngoài Đàng Ngoài để lập mưu đánh chúa Nguyễn, chúa Nguyễn Phúc Khoát sai Nguyễn Cư Trinh sang đánh Nặc Nguyên. Năm 1755, Nặc Nguyên thua bỏ thành Nam Vang chạy sang Hà Tiên nhờ Mạc Thiên Tứ, rồi xin dâng hai phủ Tầm Bôn và Lôi Lạp (nay là Tân An và Gò Công) cho chúa Nguyễn để cầu hòa.

PHẦN I
TỔ TIÊN MỞ ĐẤT

Năm 1757 Nặc Nguyên mất, chú họ là Nặc Nhuận dâng hai phủ Trà Vinh và Ba Thắc (Sóc Trăng) xin chúa Nguyễn Phúc Khoát phong cho làm vua Chân Lạp. Sau đó Nặc Nhuận bị người con rể là Nặc Hinh giết và cướp ngôi. Quan tổng suất là Trương Phúc Du thừa kế sang đánh thắng Nặc Hinh. Chúa Nguyễn cho lập Nặc Tôn con Nặc Nhuận vốn đang nương nhờ Mạc Thiên Tứ ở Hà Tiên trong lúc hoạn nạn làm vua Chân Lạp. Nặc Tôn dâng đất Tầm Phong Long (vùng đất nằm giữa Sông Tiền và Sông Hậu tương ứng với Châu Đốc, Sa Đéc) để tạ ơn chúa Nguyễn. Đất miền nam Việt Nam bây giờ thì trước đó là đất của Chân Lạp, tuy nhiên trước đó thì

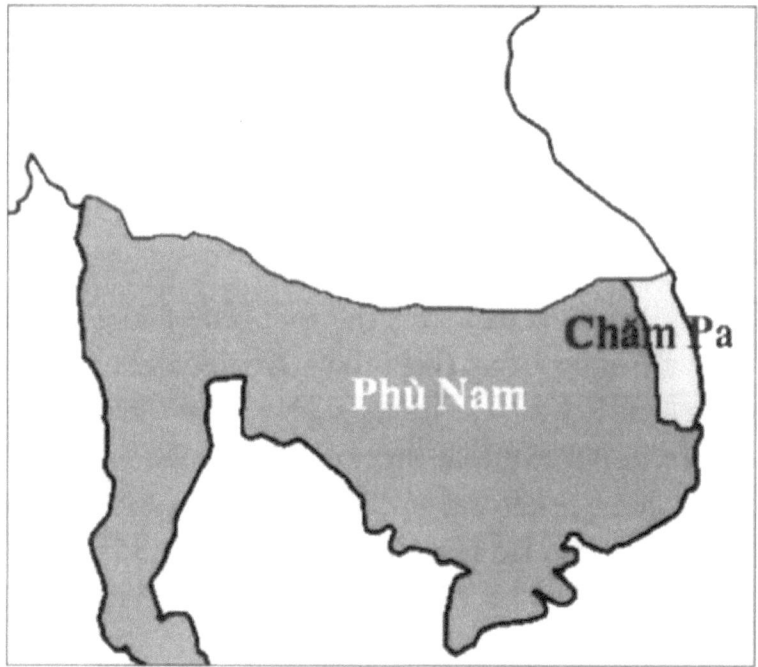

Vương quốc Phù Nam bị diệt vong vào thế kỷ thứ 7.

Chân Lạp lại là kẻ chiếm đất của Phù Nam đã từng tồn tại từ khoảng thế kỷ 1 đến thế kỷ 7 tại đồng bằng sông Mekong.

Nặc Tôn lại dâng 5 phủ là Hương Úc, Cần Bột, Trực Sâm, Sài Mạt, Linh Quỳnh để tạ ơn riêng Mạc Thiên Tứ, Mạc Thiên Tứ đem những đất ấy dâng chúa Nguyễn, chúa cho thuộc về trấn Hà Tiên cai quản, 5 phủ này về sau khi Pháp thành lập Liên bang Đông Dương đã cắt trả về cho Cao Miên, ngày nay là 2 tỉnh Takeo và Kampot

Sáp nhập Tây Nguyên vào Đại Nam

Từ thời các chúa Nguyễn, các bộ lạc ở Tây Nguyên mà mạnh nhất là bộ tộc người Gia Rai với các vị tiểu vương Thủy Xá, Hỏa Xá đã từng triều cống chính quyền Đàng Trong, trước đây khu vực này là vùng độn giữa các nước Chiêm Thành và Chân Lạp, nó không thực sự thuộc về bên nào mà khi thì thuộc Champa, khi thì Chân Lạp, thậm chí có lúc một phần thuộc về Ai Lao tùy thuộc vào sức mạnh từng thời kỳ của các nước này.

Vào năm 1830, vua Minh Mạng sáp nhập vùng đất Tây Nguyên và đưa vào bản đồ Đại Nam, mặc dù không hề có người Kinh sinh sống cũng như quan lại cai trị. Tây Nguyên lúc đó được xem là vùng tự trị của Việt Nam.

Phần II
CHÍN CHÚA MƯỜI BA VUA

1. Chín Chúa
2. Mười Ba Vua Nguyễn

1. Chín Chúa

Con thứ hai của Nguyễn Kim là Nguyễn Hoàng, thấy anh là Nguyễn Uông bị anh rể là Trịnh Kiểm sát hại, tìm cách nói với chị là Ngọc Bảo xin Trịnh Kiểm cho vào trấn Thuận Hóa. Năm 1558, Nguyễn Hoàng lên đường vào Nam. Từ đó Nguyễn Hoàng lo củng cố lực lượng phòng bị phía bắc, lưu tâm mở rộng thế lực về phương Nam.

Nắm quyền 56 năm, thọ 89 tuổi. Cuộc đời ông đầy sóng gió và huyền thoại, ông xứng đáng là một hào kiệt ở phương Nam.

Từ khi Nguyễn Hoàng vào Thuận Hóa năm 1558 đến đời chúa Định Vương Nguyễn Phúc Thuần (1754-1777), bị nhà Tây Sơn giết năm 1777, gồm 9 đời Chúa cai trị Đàng Trong suốt 219 năm.

1- Nguyễn Hoàng tức Chúa Tiên (1525-1613), xưng Chúa năm 1558. Nghe lời khuyên của Trạng Trình

Nguyễn Bỉnh Khiêm, xin vào trấn thủ ở Thuận Hóa (khu vực từ Quảng Trị đến Thừa Thiên-Huế ngày nay). Thủ phủ ban đầu là xã Ái Tử, nay thuộc huyện Triệu Phong tỉnh Quảng Trị. Năm 1600 ông đời dinh sang phía đông Ái Tử, gọi là Dinh Cát. Năm 1601, cho xây chùa Thiên Mụ.

Suốt 55 năm cai trị, ông vừa là một vị tướng mưu lược, vừa là một vị chúa khôn ngoan lại có lòng nhân đức, thu phục hào kiệt, vỗ về dân chúng và lo phát triển kinh tế, cho nên dân chúng cảm mến, gọi ông là Chúa Tiên.

2- **Nguyễn Phúc Nguyên** tức Chúa Sãi (1563-1635), con trai thứ sáu của Chúa Tiên, kế nghiệp năm 1613. Chúa là người đầu tiên trong dòng họ mang họ Nguyễn Phúc.

Có ý dựng một vương triều độc lập, thoát ly với triều đình vua Lê chúa Trịnh; Mở rộng biên cương tới vùng Nam kỳ. Xây dựng đội Hoàng Sa, xác lập chủ quyền trên các vùng biển giữa biển Đông.

3- **Nguyễn Phúc Lan** tức Chúa Thượng (1601-1648), con trai thứ hai của Chúa Sãi, kế nghiệp năm 1635.

4- **Nguyễn Phúc Tần** tức Chúa Hiền (1620-1687), con trai thứ hai của Chúa Thượng, kế nghiệp năm 1648.

5- **Nguyễn Phúc Thái** tức Chúa Nghĩa (1650-1691), con trai thứ hai của Chúa Hiền, kế nghiệp năm 1687. Chúa là người dời đô đến Huế.

PHẦN II
CHÍN CHÚA MƯỜI BA VUA | 39

6- Nguyễn Phúc Chu tức Chúa Minh (còn gọi là Quốc Chúa) (1675-1725), kế nghiệp năm 1691. Chúa là người đầu tiên sai sứ sang nhà Thanh để xin phong vương nhưng không được nhận vì nhà Thanh vẫn xem vua Lê của Đàng Ngoài.

7- Nguyễn Phúc Chu tức Chúa Ninh (1697-1738), kế nghiệp năm 1725.

8- Nguyễn Phúc Khoát tức Võ Vương (1714-1765), kế nghiệp năm 1738. Xưng vương năm 1744 và tự xem Đàng Trong như một nước độc lập.

9- Nguyễn Phúc Thuần tức Định Vương (1754-1777), con trai thứ 16 của Võ Vương, kế nghiệp năm 1765, không có con.

Võ Vương định cho con trai thứ hai của mình là Nguyễn Phúc Luân (hay Nguyễn Phúc Côn, là cha của vua Gia Long sau này) nối ngôi. Khi Vũ Vương chết, một vị quan lớn trong triều là Trương Phúc Loan giết Nguyễn Phúc Luân và lập Nguyễn Phúc Thuần, lúc đó mới 12 tuổi, lên ngôi. Năm 1777 ông bị nhà Tây Sơn giết khi ở tuổi 26, chưa có con nối dõi.

[Nguyễn Phúc Ánh được tướng sĩ tôn lên thay chúa Nguyễn Phúc Thuần từ 1780, đến năm 1802 chiến thắng hoàn toàn quân Tây Sơn]

Công của các Chúa Nguyễn

Từ Nguyễn Hoàng, năm 1558, bắt đầu vào trấn thủ Thuận Hóa thì đã đặt nền móng đầu tiên, các đời Chúa tiếp nối công cuộc của ông.

Cùng với quá trình mở rộng về phía Nam là quá trình hòa nhập hòa hợp với các cư dân bản địa để trở thành ở cái vùng đất phía Nam này mà hiện bây giờ.

Vào phía Nam không phải chỉ là vấn đề mở rộng đất đai mà còn là vấn đề định cư nữa.

2. Mười Ba Vua Nguyễn

Năm 1802, sau khi đánh bại nhà Tây Sơn, Nguyễn Ánh lên ngôi lấy niên hiệu Gia Long, mở đầu triều Nguyễn, trị vì 143 năm với 13 vị vua. Nhà Nguyễn, bắt đầu với vua Gia Long và chấm dứt khi vua Bảo Đại. Việc Bảo Đại thoái vị đã đóng lại chế độ phong kiến trong lịch sử Việt Nam.

Trong số 13 đời vua triều Nguyễn có ba vị vua rất trẻ (Hàm Nghi - 13 tuổi, Thành Thái - 10 tuổi, Duy Tân - 8 tuổi) nhưng đã có ý chí chống xâm lăng, dám từ bỏ ngai vàng để dấn thân cứu nước. Thật đáng khen.

1- Gia Long (1802-1819) tên Nguyễn Phúc Chủng, tự Phúc Ánh, làm vua 17 năm, mất năm 1819 thọ 57 tuổi.

Thời Gia Long nước ta quốc hiệu là Việt Nam, thực sự thống nhứt về mặt lãnh thổ từ Lạng Sơn đến Cà Mau, thống nhứt về mặt tiền tệ, thống nhất về mặt văn hóa.

CÂY PHẢ HỆ NHÀ NGUYỄN

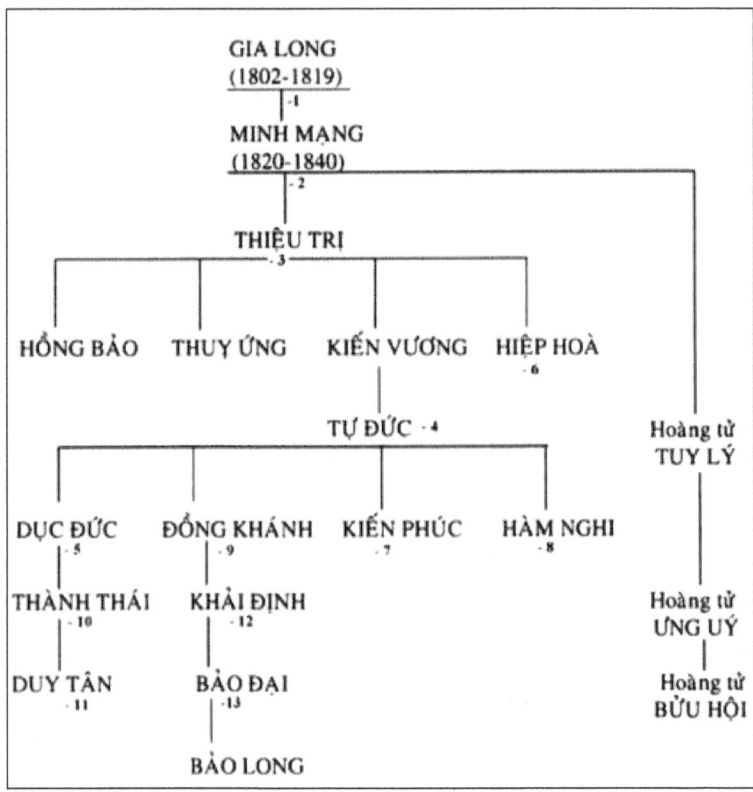

Ghi chú: *Những số tương thích chỉ thứ tự của các vị hoàng đế đã trị vì.*

2- Minh Mạng (1820-1840) tên Nguyễn Phước Hiệu, tự là Phước Đảm làm vua 20 năm, mất năm 1840 thọ 49 tuổi.

3- Thiệu Trị (1841-1847) tên Nguyễn Phúc Miên Tông, mất năm 1847 thọ 40 tuổi.

PHẦN II
CHÍN CHÚA MƯỜI BA VUA

4- Tự Đức (1848-1883) tên Nguyễn Phúc Thi, hiệu là Hồng Nhậm. Ở ngôi 35 năm, mất năm 1883 thọ 54 tuổi.

5- Dục Đức (1883) tên Nguyễn Phúc Ưng Chân, ở ngôi chỉ có 3 ngày, bị phế và bị giết năm 1883 thọ 30 tuổi.

6- Hiệp Hòa (1883) tên Nguyễn Phúc Hồng Dật. Được Tôn Thất Thuyết và Nguyễn Văn Tường đưa lên ngôi để thay thế Dục Đức. Ở ngôi được 4 tháng mất năm 1883 vì bị giết.

7- Kiến Phúc (1884) tên Nguyễn Phúc Ưng Đăng, mất vì bịnh, lúc 15 tuổi.

8- Hàm Nghi (1884-1888) tên Nguyễn Phúc Ưng Lịch. Ngày 23 tháng 5 năm 1885, xuất bôn để lãnh đạo phong trào Cần Vương chống Pháp, lập căn cứ tại Quảng Bình. Đến năm 1888, bị tên phản thần Trương Quang Ngọc bắt nạp cho Pháp, bị Pháp đưa đi an trí tại Thuận An một thời gian ngắn, sau đó đày sang Algérie và mất tại đây vào năm 1943 vì bịnh ung thư dạ dày, thọ 71 tuổi.

9- Đồng Khánh (1885-1888) tên Nguyễn Phúc Ưng Xuy. Mất vì bịnh năm 1888 thọ 25 tuổi.

10- Thành Thái (1889-1907) tên Nguyễn Phúc Bửu Lân. Mất năm 1954, thọ 65 tuổi.

11- Duy Tân (1907-1916) tên Nguyễn Phúc Vĩnh San.

Năm 1916, lãnh đạo khởi nghĩa chống Pháp cùng với Thái Phiên, Trần Cao Vân v.v... bị bắt ngày 3 tháng 11 năm 1916 và bị đày sang đảo Réunion. Trong thế chiến thứ II, Duy Tân từng tham gia lực lượng quân Đồng minh chống Đức. Duy Tân mất trong một tai nạn máy bay vào ngày 26 tháng 12 năm 1945 tại Bắc Phi. Ngày 2 tháng 4 năm 1947, thi hài vua Duy Tân được đem về táng tại Huế (bên cạnh mộ của Thành Thái), thọ 45 tuổi.

12- Khải Định (1916-1925) tên Nguyễn Phúc Bửu Đảo. Mất vì bịnh năm 1925, thọ 40 tuổi.

13- Bảo Đại (1925-1945) tên Nguyễn Phúc Vĩnh Thụy. Con của Khải Định.

Vài nét cá biệt của 13 vua

- Vua Tự Đức ở ngôi lâu nhứt, 35 năm; ngắn nhứt là Dục Đức, 3 ngày.

- Vua thọ nhất là Hàm Nghi 71 tuổi, vua mất sớm nhất là Kiến Phúc 15 tuổi.

- Ba vị vua rất trẻ (Hàm Nghi - 13 tuổi, Thành Thái - 10 tuổi, Duy Tân - 8 tuổi) nhưng đã nuôi dưỡng ý chí chống xâm lăng, dám từ bỏ ngai vàng để dấn thân cứu nước. Cả 3 bị Pháp lưu đày.

- 2 vua bị triều thần giết là Dục Đức và Hiệp Hòa.

- 1 vua thoái vị là Bảo Đại: chuyển chế độ phong kiến sang Quân chủ Lập hiến mở đầu cho nền Cộng hòa miền Nam.

PHẦN II
CHÍN CHÚA MƯỜI BA VUA

Dấu ấn nhà Nguyễn trong lịch sử

Suốt 143 năm (1802-1945), trị vì nước Việt Nam, nhà Nguyễn để lại nhiều đặc biệt đáng nhớ trong lịch sử:

- **Lần đầu thống nhứt lãnh thổ** từ Nam Quan đến Cà Mau, thống nhứt hành chánh, luật lệ, văn hóa... [trước đó Tây Sơn đã có công nối liền đàng Trong- Ngoài, xóa bỏ Nam Bắc phân tranh].

- **Tên nước Việt Nam:** Gia Long lên ngôi đặt tên nước là Nam Việt, đến năm 1804, nhà Thanh đổi lại thành Việt Nam. Quốc hiệu Việt Nam kể từ đó.

- **Về lãnh thổ**, năm 1848, vua Tự Đức, bản đồ nước ta ổn định như ngày nay.

- **Về dân số**, đến những năm cuối cùng của triều Nguyễn, cả nước có 25 triệu người.

Bảo Đại lên ngôi Hoàng Đế ngày 8 tháng 1 năm 1926.

Phần III
BẢO ĐẠI
VỊ HOÀNG ĐẾ CUỐI CÙNG
CỦA TRIỀU NGUYỄN

1. Đi Pháp "học làm vua"
2. Hồi loan
3. Cải cách triều nghi
4. Khẩu hiệu: "Dân vi quý"
5. Thoái vị
6. Những ngày ở Hồng Kông
7. Tuyên ngôn Vịnh Hạ Long và Hiệp ước Elysée
8. Quốc ca và Quốc kỳ Việt Nam
9. Quốc Trưởng "Quốc Gia Việt Nam"
10. Ngô Đình Diệm truất phế Bảo Đại
11. Bảo Đại, những ngày cuối đời
12. Kết Luận

Hoàng đế Bảo Đại

VỊ HOÀNG ĐẾ CUỐI CÙNG CỦA TRIỀU NGUYỄN

Câu *"Trẫm ưng làm dân một nước độc lập hơn làm vua một nước nô lệ"* và câu *"Trẫm lấy làm vui được làm dân một nước độc lập"* được Bảo Đại đọc tại buổi lễ thoái vị; Câu *"làm dân một nước độc lập hơn làm vua một nước nô lệ"* được Bảo Đại viết trong chiếu gửi cho hoàng tộc. Hai chiếu nầy Bảo Đại đã nhờ ông Phạm Khắc Hòe soạn hộ và Bảo Đại ký tên, đóng ấn tín vào, và ra lệnh dán "chiếu thoái vị" tại Phú Văn Lâu, một chiếu gửi cho hoàng tộc.

1. Đi Pháp "học làm vua"

Ngày 25 tháng 9 năm 1925, hoàng đế Khải Định mất. Hoàng thái tử Vĩnh Thụy lúc bấy giờ đang du học tại Pháp về nước lên ngôi vua, lấy niên hiệu là Bảo Đại. Nhà vua giao triều chính cho Hội đồng Phụ chánh, rồi Ngài quay lại Pháp để học tiếp cho đến năm 1932 mới

Vua Bảo Đại tại ngôi 1925~1945

trở về nước làm vua chánh thức.

Bảo Đại tên là Nguyễn Phúc Vĩnh Thụy, còn có tên Nguyễn Phúc Thiến, tục danh "mệ Vững" sinh ngày 22 tháng 10 năm 1913 (ngày 23 tháng 9 năm Quý Sửu) tại Huế, là con duy nhứt của vua Khải Định và bà Từ Cung Hoàng Thị Cúc.

[Dư luận nghi ngờ Bảo Đại không phải con vua Khải Định vì Khải Định bị mang tiếng là bất lực]

Hồi nhỏ Bảo Đại được dạy dỗ nghiêm ngặt theo phong tục của Hoàng cung. Hai tuần một lần vị vua tương lai phải ngồi nghiêm hai giờ để viết thư vấn an sức khỏe cha mẹ. Nơi Hoàng tử ở có bàn thờ gia tiên, Trời Phật. Ngày rằm nào cũng vậy vị vua tương lai quỳ từ sáng sớm xin Trời Phật, gia tiên phù hộ cho xã tắc, nước nhà...

Ngày 28 tháng 3 năm 1922, Vĩnh Thụy được tấn phong Đông cung Hoàng Thái tử. Đây là lễ tấn phong lần thứ hai của nhà Nguyễn: lần thứ nhứt tấn phong hoàng tử Đảm con vua Gia Long, tức vua Minh Mạng.

Sau lễ tấn phong, ngày 15 tháng 6 năm 1922, Đông cung Hoàng Thái tử Vĩnh Thụy cùng vua cha là Hoàng đế Khải Định đi Pháp tham dự cuộc triển lãm hàng hóa tại Marseille. Hành động nầy bị cụ Phan Bội Châu phê bình.

Jean François Eugène Charles nguyên là Khâm sứ Pháp tại Huế, sống hưu tại Pháp, được vua Khải Định ủy thác trông nom giáo dục Bảo Đại.

Tháng 6 năm 1922, Vĩnh Thụy được vợ chồng cựu Khâm sứ nầy nhận làm con nuôi và cho ăn học tại trường Lycée Condorcet rồi sau ở trường Sciences Po, Paris. (École libre des sciences politiques).

Nhà Nguyễn có hai hoàng tử đi Pháp là hoàng tử Cảnh con của Gia Long đi Pháp cầu viện năm 1787, và hoàng tử Vĩnh Thụy đi Pháp để học làm vua.

Tháng 2 năm 1924, Vĩnh Thụy về nước để dự Lễ Tứ Tuần Đại Khánh vua Khải Định, đến tháng 11 năm 1924 trở lại nước Pháp để tiếp tục học.

Đến khi vua Khải Định mất ngày 6 tháng 11 năm 1925, Vĩnh Thụy về nước thọ tang vua cha. Dịp nầy, ngày 8 tháng 1 năm 1926 Vĩnh Thụy được tôn lên kế vị làm vua cha lấy niên hiệu Bảo Đại.

Đến tháng 3 Bảo Đại trở lại Pháp để tiếp tục đi học. Từ niên khóa 1930, Bảo Đại theo học trường Khoa học Chính trị (Sciences Po). Đến tháng 9 năm 1932, vua hồi loan.

2. Hồi loan

Năm 1932, Bảo Đại do dự không muốn về nắm quyền trong khi mọi người đều ép nhà vua trở về. Bảo Đại đã chấp nhận. Nhưng trước khi rời Paris ông đòi hỏi sẽ được quay trở lại Pháp luôn, hoặc lâu lâu trở lại. Yêu cầu nầy được chấp nhận. Và Pháp tổ chức lễ tiễn đưa ngài như một đám rước mang tính phô trương. Albert Sarraut, Bộ trưởng Thuộc địa, đại diện chính phủ thân hành đến Marseille để tiễn.

Ai tháp tùng Nhà vua khi trở về nước?

Có một số người "An Nam" đi theo nhưng ít người biết rõ là gồm những ai. Riêng vợ chồng ông Charles thì đi Việt Nam trước để không gây cảm tưởng rằng nhà vua hãy còn ở "tuổi vị thành niên".

Bảo Đại rời khỏi Paris là tháng 9 năm 1932, thời điểm đã được Pháp ấn định phù hợp với số mệnh của vua (?).

Chiếc xe Delahaye đỗ trước cửa căn nhà trên đường Lamballe ở lưng chừng đồi Passy. Những người thân cận của nhà vua đều có mặt. Một người anh em họ, một cận vệ đều là những bạn bè chí cốt và hiếm hoi lâu nay của ông.

Con tàu khách đưa nhà Vua ghé mũi Saint-Jacques (Vũng Tàu), Bảo Đại rời tàu khách chuyển sang tàu chiến. Tàu chiến Dumont d'Urville đưa ông đến Đà Nẵng. Đến đó nhà Vua mới thật sự cập bến để bước chân lên đất liền thuộc lãnh thổ An Nam của nhà Nguyễn.

Đến cảng Đà Nẵng vua lại chuyển sang pháo thuyền, ngược sông Hàn cập bến thành phố. Ông bận chiếc hoàng bào thêu kim tuyến, khoác chéo vai dải Bắc đẩu bội tinh. Một trăm phát đại bác trên bờ bắn chào mừng. Hai bên bờ dân chúng tụ tập đông nghịt chào đón. Bảo Đại đứng thẳng người tươi cười trước sự nghinh đón của thần dân. Ông bước qua trước đám đông, nói mấy câu chào hỏi từng vị thân hào khiến họ xúc động ra mặt. Cuối cùng ông bước lên xe lửa đặc biệt đi thêm 100 cây số nữa mới đến Huế. Tại đây lại cờ quạt, tiếng đại bác nổ vang dậy chào mừng. Khi đoàn xe qua cửa Ngọ Môn trời bỗng đổ mưa như trút nước. Thế là điềm tốt.

Nhà vua vượt qua chiếc cổng lớn để vào hoàng cung, biệt lập với thế giới bên ngoài bằng một bức tường khá dầy, khi đi qua cái sân rộng để vào nội điện ông cảm thấy thanh vắng, lặng lẽ và u buồn. Sau này. Ông viết trong hồi ký: *"Sau nhiều năm sống tự do tôi có cảm tưởng từ nay bước vào nơi giam cầm..."*

Ngày 10 tháng 9, tức là về nước được gần hai ngày, nhà vua chủ tọa buổi chầu, phát biểu bằng tiếng Pháp. Điều này đã xúc phạm các vị quan trẻ có tinh thần dân tộc lẫn các vị quan già được nhào nặn trong nền văn hóa Trung Hoa.

[Các vua Nguyễn có lệ dậy từ 6 giờ sáng. Ngay lập tức vua phải ghi mấy chữ bằng son về ngọc thể có gì bất an không, vào một cuốn sổ do các thái giám trình lên, rồi đem đi bố cáo cho triều đình. Rồi vua tiếp chuyện mấy bà phi đến vấn an vào buổi sáng. Sau đó, vua bắt

đầu làm việc, ngồi suy nghĩ hay đi lại một mình dọc theo hành lang lắp cửa kính.

Cứ hai ngày một lần, theo lệ định từ xưa, nhà vua cho gọi người đem kiệu đến, ngài ngồi trên kiệu có người khiêng đến vấn an Thái hậu. Và cũng theo lệ từ xưa để lại không hề thay đổi, vua ăn ba bữa một ngày.

Hàng ngày đúng sáu giờ rưỡi, ăn sáng, mười một giờ ăn trưa và bảy giờ ăn tối. Mỗi bữa có đến năm chục món khác nhau trong thực đơn được thay đổi hàng ngày do một đội ngự thiện riêng. Cứ mỗi món được đậy kín bằng nắp hình quả chuông bên ngoài ghi tên món ăn. Gạo nấu cơm phải được lựa kỹ để không thóc hay sạn. Siêu đun nước chỉ dùng một lần và thay siêu khác.]

3. Cải cách triều nghi

Tháng 9 năm 1932, Bảo Đại hồi loan, chính thức làm vua. Nhà vua có một số cải cách triều chính như:

- Thần đàn miễn quỳ lạy mà có thế ngước nhìn long nhan khi nhà vua tới;

- Mỗi khi vào chầu vua Bảo Đại, các quan Tây không phải chắp tay xá lạy mà chỉ bắt tay vua, còn các quan ta cũng miễn không phải quỳ lạy;

- Bảo Đại cho Thượng Thư kém năng lực như Nguyễn Hữu Bài về hưu, sắc phong thêm 4 Thượng Thư mới, xuất thân từ giới học giả và hành chính, là Phạm Quỳnh, Thái Văn Toản, Hồ Đắc Khải và Ngô Đình Diệm.

Vua Bảo Đại và Nam Phương Hoàng hậu.

- Thành lập Viện Dân Biểu để dân trình bày nguyện vọng lên nhà vua và quan chức Pháp. Tháng 12 năm 1933, Bảo Đại ngự du Bắc Hà thăm dân chúng.

- Tấn phong hoàng hậu khi còn sống.

Ngày 20 tháng 3 năm 1934, Bảo Đại làm đám cưới với Marie Thérèse Nguyễn Hữu Thị Lan và tấn phong bà làm Nam Phương Hoàng hậu.

[Cuộc hôn nhân gặp phải nhiều phản đối trong hoàng tộc vì Nguyễn Hữu Thị Lan là người Công giáo và mang quốc tịch Pháp. Tên Nam Phương là mùi thơm ở phía nam, do Phạm Quỳnh đặt cho]

Đây là một việc làm phá lệ bởi vì kể từ khi vua Gia Long khai sáng triều Nguyễn cho đến vua Khải Định, các vợ vua chỉ được phong tước Vương phi, sau khi mất mới được truy phong Hoàng hậu.

Từ khi về nước chấp chánh năm 1932 với nhiều tham vọng cải cách, nhưng đã bị Pháp cản trở. Từ đó Bảo Đại trở nên bi quan và thất vọng, bỏ công việc, mặc triều chính nằm trong tay Pháp. Vua lao mình vào các thú tiêu khiển như đi săn, thể thao…

4. Khẩu hiệu: "Dân vi quý"

Đến khi Nhật đảo chính Pháp và tuyên bố trao trả độc lập cho Việt Nam, ngày 11 tháng 3 năm 1945, Bảo Đại ra đạo dụ *"Tuyên cáo Việt Nam độc lập"*, tuyên bố hủy bỏ Hòa ước Patenôtre ký với Pháp năm 1884, nội dung như sau:

"Theo tình hình thế giới chung và hiện tình Châu Á, Chánh Phủ Việt Nam long trọng công bố rằng. Kể từ ngày hôm nay, Hòa ước Bảo hộ ký với nước Pháp được hủy bỏ và vô hiệu hóa. Việt Nam thâu hồi hoàn toàn chủ quyền của một Quốc Gia Độc lập."

Và tiếp theo với Dụ số 1 ra ngày 17 tháng 3, nhà vua nêu khẩu hiệu "Dân Vi Quý".

Nhà sử học Trần Trọng Kim được giao nhiệm vụ thành lập nội các vào ngày 17 tháng 4 và Trần Trọng Kim trở thành Thủ Tướng đầu tiên của Việt Nam, ra mắt quốc dân ngày 19 tháng 4 năm 1945.

Chánh phủ ban bố một chương trình Hưng Quốc ngày 8 tháng 5 năm 1945, đặt quốc hiệu là Đế quốc Việt

Nam; quốc kỳ là cờ quẻ ly (nền vàng hình chữ nhật, giữa có hình quẻ Ly màu đỏ thẫm), chọn bài hát *Việt Nam Minh Châu Trời Đông* của nhạc sĩ Hùng Lân làm quốc ca.

Việt Nam, minh châu trời Đông!
Việt Nam, nước thiêng Tiên Rồng!
Non sông như gấm hoa uy linh một phương,
Xây vinh quang ngất cao bên Thái Bình Dương.
Từ ngàn xưa tài danh lừng lẫy khắp nơi.
Tiếng anh hùng tạc ghi núi sông muôn đời.
Máu ai còn vương có hoa
Giục đem tấm thân xẻ với sơn hà.
Giơ tay cương quyết,
Ta ôn lời thề ước.
Hy sinh tâm huyết,
Ta báo đền ơn nước.
Dầu thân này nát tan thành gói da ngựa cũng cam,
Thề trọn niềm trung thành với sơn hà nước Nam.

Ý nghĩa đặc biệt của cờ quẻ Ly

- **Màu đỏ tượng trưng cho phương nam**, màu đỏ thuộc hành hỏa, tượng trưng cho mặt trời hay lửa, cho ánh sáng, cho nhiệt lực và về mặt xã hội thì tượng trưng cho sự văn minh.

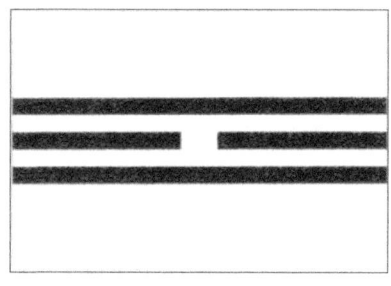

Cờ quẻ Ly

- Quẻ Ly trên cờ gồm một vạch đỏ liền, một vạch đỏ đứt và một vạch đỏ liền.

Do đó, bên trong quẻ Ly, hiện lên một nền vàng gồm hai vạch liền và một vạch đứng nối liền hai vạch ấy, theo Hán văn đó là chữ Công. Chữ công này được dùng trong các từ ngữ *công nhơn, công nghệ* để chỉ người thợ và nghề biến chế.

Giá trị của Chánh phủ Trần Trọng Kim

Trong thời gian ngắn, chính phủ đã làm được một việc căn bản:

- Mở đầu cho công cuộc xây dựng nền Dân chủ Việt Nam,
- Tuyên bố độc lập, thống nhất, sáp nhập Nam Kỳ vào Việt Nam,
- Cứu trợ nạn đói Ất Dậu,
- Thay chương trình dạy tiếng Pháp bằng Tiếng Việt,
- Sơ thảo một bản hiến pháp cấp tiến bảo đảm quyền tự do chính trị, tự do nghiệp đoàn và tự do tín ngưỡng.

Khi quân Nhật đầu hàng, Việt Minh nhân cơ hội cướp chính quyền, chính phủ Trần Trọng Kim sụp đổ.

5. Thoái vị

Ngày 19-8-1945, Việt Minh cướp chính quyền tại Hà Nội.

Ngày 24-8-1945, vua Bảo Đại nhận được một bức điện văn của Việt Minh. *"Yêu cầu đức vua thoái vị ngay để củng cố và thống nhất nền độc lập nước nhà."*

Lúc đó ở Huế không ai biết Hồ Chí Minh là ai, sau khi điều tra biết được Hồ Chí Minh là Nguyễn Ái Quốc!

Ngày 25/8/1945, vua Bảo Đại cho công bố chiếu thoái vị. Ngày 26/8/1945 nhà vua làm lễ thoái vị ở Thế Miếu và ngày 30/8/1945 đại điện Việt minh gồm Trần Huy Liệu, Nguyễn Lương Bằng và Cù Huy Cận nhận ấn kiếm của nhà vua tại cửa Ngọ Môn (Huế).

Trong dịp này nhà vua có tuyên bố một câu nổi tiếng: *"Thà làm dân một nước độc lập hơn làm vua một nước nô lệ."*

Vĩnh Thụy làm cố vấn cho chánh phủ Việt Minh

Ngày 2 tháng 9, năm giờ sáng, hai ngày sau lễ thoái vị, công dân Vĩnh Thụy rời Huế ra Hà Nội, với chức vụ cố vấn của chính phủ Việt Minh. Phái đoàn Vĩnh Thụy dùng hai xe riêng của Bảo Đại là Mercury và Packard, (vì nhà nước không có xe). Xe thứ nhứt chở Vĩnh Thụy được Bộ trưởng Lao động của Việt Minh là Lê Văn Hiến tháp tùng. Xe kia chở hoàng thân Vĩnh Cẩn. Phái đoàn Trần Huy Liệu sau khi nhận ấn kiếm đã lên đường ra Hà Nội từ hôm trước. Lúc nầy Việt Minh đã ký Hiệp định sơ bộ Việt-Pháp.

Tại Hà Nội Vĩnh Thụy và Hồ Chí Minh tiếp chính thức đại biểu Pháp Sainteny và đến thăm đáp lễ Sainteny. Ngày 8 tháng 3 năm 1946, Chính phủ Việt Minh lập một phái bộ đi Trùng Khánh (Trung hoa) và cố vấn Vĩnh Thụy dẫn đầu phái đoàn.

Chiếc máy bay DC-3 đưa đoàn đến Trùng Khánh, nơi chính phủ Trung Hoa của Tưởng Giới Thạch đóng đô. Tại đây Bảo Đại được xếp cho ở một phòng rộng có phòng tiếp khách riêng, trong lúc thành viên Việt Minh như Nguyễn Công Truyền và Hà Phủ Hương chung nhau một phòng nhỏ. Và Chính phủ thống chế Tưởng chỉ tiếp cựu hoàng mà thôi.

Từ đây cố vấn Vĩnh Thụy tỏ ra xuất sắc trước một số thử thách, trở thành một chính khách được thừa nhận, được mọi người kính nể.

6. Những ngày ở Hồng Kông

Tháng tư năm 1946 khi đoàn quay về Hà Nội, Vĩnh Thụy quyết định ở lại mà không báo cho ai biết. Ngài rời Trùng Khánh và đến Hongkong vào tháng 9.

Đến Hongkong cựu hoàng chờ ở sân bay khá lâu. Cuối cùng một viên chức đến dẫn cựu hoàng làm những thủ tục nhập cảnh bình thường như bất cứ du khách nào. Cựu hoàng không chỉ đi có một mình mà còn có một người "bạn" Trung Hoa tên Yu và cô Lý Lệ Hà.

Sau khi tiền cạn dần, Bảo Đại sống chẳng cần phải giữ gìn ý tứ, giấu giếm ai. Bảo Đại đổi tên: Không còn Hoàng đế Bảo Đại, không phải công dân Vĩnh Thụy mà là đóng vai một người Trung Hoa, tên Wang Kunney tiên sinh. Bảo Đại sống như một thường dân vô công rỗi nghề, ông chen chúc trên xe công cộng, tắm biển, chơi gôn, chơi quần vợt. Ông luôn luôn làm cho các chính khách bám quanh ông phải ngạc nhiên.

Ngày 4 tháng 11 năm 1946, ở Hà Nội, Hồ Chí Minh cải tổ chính phủ chuẩn bị bước vào kháng chiến toàn quốc, cố vấn tối cao Vĩnh Thụy, mặc dù đang ở Hongkong, vẫn có tên trong danh sách chính phủ, kèm theo ghi chú: "Đang ở nước ngoài về việc riêng".

Trong một cuộc gặp các nhà báo ở Hongkong, cựu hoàng Bảo Đại sẵng giọng: "Không, tôi không còn là Cố Vấn nữa".

Hoàng hậu Nam Phương và các con.

Trong thời điểm nầy, Hoàng hậu Nam Phương quyết định rời khỏi Việt Nam. Bà và các con đáp máy bay Anh quốc để tới Hong Kong gặp chồng.

Gặp lại vợ con tại Hongkong sau hai năm xa cách.

Lúc Nam Phương đến Hongkong Bảo Đại bớt đến phòng trà nhảy đầm và sòng bạc. Cuộc sống vợ chồng mới gặp lại nhau được đặt lên hàng đầu. Lý Lệ Hà, Mộng Điệp và các cô gái trẻ khác tạm lánh mặt, ít nhất trong một thời gian nầy.

Bảo Đại và Nam Phương năm 1953

Nhưng không bao lâu sau đó bà Nam Phương và các con rời Hongkong sang Pháp. Bà cùng các con định cư hẳn tại Pháp, cho đến tận lúc chết cũng không một lần quay lại quê hương, cũng hầu như chẳng mấy khi liên lạc hay gặp gỡ gì cựu hoàng.

Năm 1958, nhằm tránh mặt báo chí, dư luận và những người quen biết, bà Nam Phương đã rời bỏ thành Paris hoa lệ và ồn ào về làng Chabrignac mua lại điền trang La Perche rộng 160 ha. của một quý tộc Pháp đã sa sút, làm nơi sống nốt những năm tháng còn lại. Từ đây cuộc đời của bà Nam Phương hoàng hậu phải trải qua bao tháng ngày thăng trầm, hiu quạnh, buồn tủi cho đến ngày nhắm mắt năm 1963 tại làng Chabrignac, Pháp.

[Do Bà Nam Phương nhiệt tình ủng hộ việc đưa Ngô Đình Diệm về nước làm Thủ tướng, điều đó đã trở thành nỗi thống hận cay đắng với bà suốt đời. Bởi chính Ngô Đình Diệm đã phế truất Bảo Đại và đã tịch biên tài sản, xóa bỏ hết toàn bộ quyền lợi của gia đình cựu hoàng Bảo Đại tại miền Nam Việt Nam.]

Bảo Đại lúc ở Hongkong có vẻ như tự tin, và đánh giá quá cao về vị thế "ông vua cuối cùng triều Nguyễn" của mình. Trong Hồi ký *Con Rồng An Nam* ông viết: *"Có lẽ chỉ có mình tôi nhận thấy tính đại diện chính thông (thiên tử). Nó không thể được xem như một luận cứ trong một cuộc đàm phán ngoại giao, cũng không thể viện ra ngay từ đầu. Tuy nhiên nó vẫn hiện hữu, mạnh mẽ hơn mọi luận cứ chống lại tôi. Chắc chắn là những ai không phải là dân Việt Nam thì không cảm nhận được điều đó mà tôi cũng không thể thuyết phục được họ. Khi tôi phán hay tỏ thái độ, những người đối thoại với tôi không thể hiểu được, họ chỉ đưa lý lẽ giữa con người với nhau, ngang tầm với họ, hợp với trình độ của họ..."*

7. Tuyên ngôn Vịnh Hạ Long và Hiệp ước Elysée

Ngày 5 tháng 7 năm 1947, Bảo Đại lên tiếng ở Hongkong trong một cuộc trả lời phỏng vấn:

"Nếu toàn dân Việt Nam đặt lòng tin vào tôi […] tôi sẽ sung sướng trở về Đông Dương. Tôi không ủng hộ cũng không chống lại Việt Minh, tôi không thuộc đảng phái nào!

Lời tuyên bố tỏ ra vẻ bí hiểm làm cho các phe phái Pháp ve vãn.

Pháp thuyết phục Bảo Đại trở về nước và đứng đầu chính phủ. Bảo Đại đòi với điều kiện thống nhất và độc lập phải được bảo đảm.

Từ đấy nhiều cuộc hội đàm tiếp theo đưa đến thỏa ước Hạ Long, một bản nghị định thư quy định những điều Pháp sẵn sàng dành cho Việt Nam và những điều Bảo Đại có thể chấp nhận.

Thỏa ước Hạ Long dự kiến Việt Nam độc lập trong khuôn khổ Liên Hiệp Pháp, có hành chính riêng, cảnh sát riêng, nhưng quân đội và ngoại giao vẫn ở dưới quyền của Paris. Điểm nổi bật quan trọng là Chính phủ trung ương mới của Bảo Đại có quyền lực trên toàn bộ đất nước gồm cả Nam Kỳ, có nghĩa là chính thức hóa sự thống nhất của Việt Nam.

Tháng 1 năm 1948, Bảo Đại chủ động đi gặp Cao ủy Pháp ở Genève, nơi lý tưởng cho các cuộc mặc cả ngoại giao. Rồi ông đến Cannes trên một chiếc xe hơi đặc biệt, đó là chiếc Gordini.

Ngày 5 tháng 6 năm 1948, Bảo Đại đã gặp gỡ Cao ủy Pháp Bollaert ở vịnh Hạ Long, trên chiến hạm Duguay Trouin, và bản tuyên ngôn Việt-Pháp được công bố, theo đó nước Pháp thừa nhận nền độc lập và thống nhất của Việt Nam.

Tình hình diễn biến thuận lợi nhanh chóng chứng tỏ rằng cựu hoàng Bảo Đại mới có thể khẳng định được quyền lực của mình và chỉ có ông mới có thế đối chọi được với Hồ Chí Minh.

Ngày 8 tháng 3 năm 1949, Tổng thống Pháp Vincent Auriol và Cựu hoàng Bảo Đại đã ký Hiệp ước Elysée, thành lập một chính quyền Việt Nam trong khối Liên hiệp Pháp, gọi là Quốc gia Việt Nam, đứng đầu là Bảo Đại. Bảo Đại yêu cầu *Pháp phải trao trả Nam Kỳ cho Việt Nam* và Pháp đã chấp nhận yêu cầu này.

Cựu hoàng sẽ trở về nước, bổ nhiệm các thủ hiến cai trị "ba kỳ". Các dân tộc miền núi được hưởng tự trị nhưng đặt dưới quyền trực tiếp của Bảo Đại, gọi là "Hoàng triều cương thổ". Nhưng không lập lại nền quân chủ. Bảo Đại sẽ không làm Vua mà là Quốc trưởng Việt Nam. Việt Nam độc lập và thống nhất trong Liên Hiệp Pháp.

8. Quốc ca và Quốc kỳ Việt Nam

Năm 1948, trong phiên họp lịch sử ở Hongkong giữa Cựu Hoàng Bảo Đại và một số thân hào nhơn sĩ cùng đại diện các đoàn thể chánh trị và tôn giáo ở Việt Nam, đã đề nghị lấy bản nhạc Thanh Niên Hành Khúc của Lưu Hữu Phước làm quốc thiều cho Quốc Gia Việt Nam. Hội nghị đã đồng ý và tên bản nhạc được đặt lại là Quốc Dân Hành Khúc hay Tiếng Gọi Công Dân. Về lời ca, đoạn 1 của bài Thanh Niên Hành Khúc nói trên đây đã được dùng, với hai chữ công dân thay cho hai chữ thanh niên.

Ngày 2 tháng 6 năm 1948, Chánh phủ lâm thời Việt Nam được thành lập do Tướng Nguyễn Văn Xuân làm Thủ Tướng và *Quốc Dân Hành Khúc* hay *Tiếng Gọi Công Dân* được chánh thức dùng làm quốc ca.

1.
Này sinh viên ơi! Đứng lên đáp lời sông núi!
Đồng lòng cùng đi, đi, mở đường khai lối.
Vì non sông nước xưa, truyền muôn năm chớ quên,

Nào anh em Bắc Nam. Cùng nhau ta kết đoàn!
Hồn thanh xuân như gương trong sáng,
Đừng tiếc máu nóng, tài xin ráng!
Thời khó, thế khó, khó làm yếu ta,
Dầu muôn chông gai vững lòng chi sá.
Đường mới kíp phóng mắt nhìn xa bốn phương,
Tung cánh hồn thiếu niên ai đó can trường.

Điệp khúc

Sinh viên ơi! Ta quyết đi đến cùng!
Sinh viên ơi! Ta thề đem hết lòng!
Tiến lên, đồng tiến! Vẻ vang đời sống!
Chớ quên rằng ta là giống Lạc Hồng.

Lá quốc kỳ "Nền Vàng ba sọc đỏ" do Họa sĩ Lê Văn Đệ vẽ, được Cựu Hoàng Bảo Đại chọn trong nhiều mẫu cờ khác nhau được trình cho ông trong một phiên họp ở Hongkong năm 1948, gồm có ông và đại diện các đoàn thể:

- Nền vàng với ba sọc đỏ và hai sọc vàng chen nhau nằm vắt ngang ở giữa. Bề ngang của mỗi sọc đỏ và vàng này bằng nhau và bề ngang chung của năm sọc bằng một phần ba bề ngang chung của lá cờ.

- Ba sọc đỏ tượng trưng cho ba Kỳ (Bắc, Trung, Nam), màu Vàng là màu của các vua và các triều đại đã trị vì đất nước ta từ muôn thuở.

Và Chính phủ lâm thời của thủ tướng Nguyễn Văn Xuân cũng chính thức dùng lá cờ vàng ba sọc đỏ làm quốc kỳ của Quốc gia Việt Nam.

Lá quốc kỳ khởi thủy từ Chánh phủ Lâm thời (1948), chuyển qua chính quyền Quốc gia Việt Nam (1949-1955), và tiếp theo sau đó là quốc kỳ cho suốt thời Đệ Nhất và Đệ Nhị Việt Nam Cộng hòa (1955-1975). Với thời gian và truyền thống đã khiến lá cờ này trở thành biểu tượng linh thiêng cho người Việt tự do tại hải ngoại.

Ý nghĩa của cờ màu vàng và 3 sọc đỏ:

- **Hai màu vàng và đỏ** biểu tượng cho dân Việt Nam da vàng máu đỏ.

- **Màu đỏ chỉ phương Nam:** nhấn mạnh dân tộc ta là một dân tộc ở phương nam, đối chiếu với dân tộc Trung Hoa ở phương bắc.

- **Nền vàng** tượng trưng cho Đất-lãnh thổ quốc gia Việt Nam.

- Và **ba sọc đỏ** tượng trưng cho ba kỳ.

Quốc kỳ Việt Nam.

9. Quốc Trưởng "Quốc Gia Việt Nam"

Sau khi ký Hiệp ước Elysée với Tổng thống Pháp Vincent Auriol, Bảo Đại rời Cannes để trở về nước. Lại một lần nữa, Việt Nam chuẩn bị đón cựu hoàng Bảo Đại hồi loan. Giống như năm 1932, thật rầm rộ có đông đảo dân chúng đón tiếp với đủ cờ quạt kèn trống... Trái với mọi chờ đợi, Bảo Đại không về Sài Gòn mà về Đà Lạt.

Quốc Trưởng Bảo Đại được đón tiếp khi về Đà Lạt.

Sau khi từ Pháp đến Singapore, ông thuê một máy bay đặc biệt bay về Đà Lạt. Chiếc Dakota hạ cánh xuống phi trường Liên Khương, cách Đà Lạt khoảng mười cây số. Một hàng dài quan lại, mặc quốc phục nghinh đón cựu hoàng. Cờ hiệu màu vàng Nhà vua pháp phới bay trên nóc phi trường. Mấy tuần sau, vào tháng 6, Bảo Đại mới vào Sài Gòn. Một tháng sau, ông về Huế, nhưng chỉ đơn giản là về thăm.

Hai tháng sau ngày về nước, vào ngày 14 tháng 6, Bảo Đại tuyên bố tạm cầm quyền cho đến khi tổ chức được tổng tuyển cử và tạm giữ danh hiệu Hoàng đế để có một địa vị quốc tế hợp pháp. Ngày 20 tháng 6 năm 1949, thủ tướng Nguyễn Văn Xuân đệ đơn từ chức. Bảo Đại làm Quốc Trưởng kiêm Thủ Tướng.

Quốc gia Việt Nam (l'État du Viet Nam) theo hình thức Quân chủ lập hiến với Quốc trưởng Bảo Đại có chức vụ Thủ tướng, được chỉ định bởi Quốc trưởng và chịu trách nhiệm trước Quốc trưởng.

Quốc Trưởng Bảo Đạ

Trong suốt thời gian làm Quốc Trưởng, Bảo Đại sống bên Pháp, giao việc điều hành đất nước cho các vị Thủ Tướng.

Thời Quốc Trưởng Bảo Đại: Hoàng Sa, Trường Sa thuộc chủ quyền "Quốc Gia Việt Nam".

Ngày 8-9-1951, 51 quốc gia đã từng góp công trong cuộc chiến đấu chống Nhật Bản trong Đệ nhị thế chiến tới tham dự Hòa hội Cựu Kim Sơn (San Francisco) theo lời mời của chính phủ Hoa Kỳ, để thảo luận vấn để chấm dứt chiến tranh và mở bang giao với Nhật Bản. Hai phe Quốc Cộng - Trung Hoa đều không được mời tham dự.

Bấy giờ Quốc Trưởng Bảo Đại cử Thủ Tướng Trần Văn Hữu thay mặt Việt Nam tham dự chánh thức hội nghị. Thủ Tướng đọc bản tuyên bố xác định chủ quyền đã có từ lâu đời của Quốc gia Việt Nam trên quần đảo Hoàng Sa và Trường Sa.

T.tự	Tên	Từ	Đến	Chức vụ
	Nguyễn Văn Xuân	27 tháng 5, 1948	14 tháng 7, 1949	Thủ tướng lâm thời
1	Bảo Đại	14 tháng 7, 1949	21 tháng 1, 1950	Kiêm nhiệm Thủ tướng
2	Nguyễn Phan Long	21 tháng 1, 1950	27 tháng 4, 1950	Thủ tướng
3	Trần Văn Hữu	6 tháng 5, 1950	3 tháng 6, 1952	Thủ tướng
4	Nguyễn Văn Tâm	23 tháng 6, 1952	7 tháng 12, 1953	Thủ tướng
5	Bửu Lộc	11 tháng 1, 1954	16 tháng 6, 1954	Thủ tướng
6	Ngô Đình Diệm	16 tháng 6, 1954	23 tháng 10, 1955	Thủ tướng

Danh sách các Thủ Tướng do Bảo Đại bổ nhiệm

Sau đây là nội dung một số điểm chính đã được Thủ tướng Trần Văn Hữu trình bày tại Hòa hội Cựu Kim Sơn, trích trong France-Asia, số 66-67, tháng 11-12-1951, phần phiên dịch từ bản tiếng Pháp được phổ biến trong Tập san Sử Địa của Đại học Sư phạm Sài Gòn, số đặc khảo về Hoàng Sa và Trường Sa của ấn hành năm 1974.

Tuyên bố của Thủ tướng Chính phủ Quốc gia Việt Nam Trần Văn Hữu tại Hòa hội Cựu Kim Sơn:

"*Thật là nghiêm trọng và cảm kích cho Việt Nam được đến San Francisco tham dự công việc của hội nghị Hòa bình với Nhật Bản. Sở dĩ chúng tôi được hiện diện tại đây là nhờ các tử sĩ của chúng tôi và lòng hy sinh vô bờ bến của dân tộc chúng tôi, dân tộc đã chịu đựng biết bao đau khổ để được sống còn và giành sự trường tồn cho một nòi giống đã có hơn 4 ngàn năm lịch sử...*"

Đoạn kết, Thủ tướng Trần Văn Hữu tuyên bố:

"*Việt Nam rất là hứng khởi ký nhận trước nhất cho công cuộc tạo dựng hòa bình này. Và cũng vì vậy cần phải thành thật lợi dụng tất cả mọi cơ hội để dập tắt những mầm mống các tranh chấp sau này, chúng tôi xác nhận chủ quyền đã có từ lâu đời của chúng tôi trên quần đảo Trường Sa và Hoàng Sa.*"

10. Ngô Đình Diệm truất phế Bảo Đại

Sau Hiệp định Genève năm 1954 Việt Nam bị chia làm hai vùng tập kết ở bắc và nam vĩ tuyến 17. Quốc gia Việt Nam do Quốc trưởng Bảo Đại đứng đầu chính phủ miền Nam.

Ngày 16 tháng 6, Ngô Đình Diệm được Bảo Đại bổ làm thủ tướng. Ông Diệm đồng ý ra chấp chính với điều kiện được toàn quyền chính trị và quân sự. Danh sách nội các được trình ngày 7 tháng 7. Tuy nhiên quyền lực của chính phủ mới bị nhóm Bình Xuyên cùng hai lực lượng chính trị giáo phái Cao Đài và Hòa Hảo chống đối.

Các cuộc đụng độ võ trang của Bình Xuyên, Cao Đài và Hòa Hảo bùng nổ từ tháng 3 đến tháng 4 thì Bảo Đại đòi Thủ tướng Diệm sang Pháp trình diện để thương lượng tìm cách giải quyết.

Dù nhận được lệnh sang hội kiến Quốc trưởng, Thủ tướng Diệm không tuân. Bảo Đại quyết định điện về Sài Gòn cách chức thủ tướng của Ngô Đình Diệm.

Do sự ủng hộ của người Mỹ, ông Diệm nhận được sự hậu thuẫn của nhiều đoàn thể như Việt Nam Dân xã Đảng của Nguyễn Bảo Toàn, Việt Nam Phục quốc Hội của Hồ Hán Sơn và Hội đồng Nhân dân Cách mạng Quốc gia của Nhị Lang. Ngày 30 tháng 4 năm 1955, các nhóm này lập Hội đồng Nhân dân Cách mạng Quốc gia và ra tuyên ngôn với những điều kiện:

Quốc Trưởng Bảo Đại và Ngô Đình Diệm.

- Truất Quốc trưởng Bảo Đại
- Lập chính phủ mới để dẹp loạn
- Buộc Pháp rút hết quân đội ra khỏi Việt Nam
- Tổ chức bầu cử Quốc hội.

Rõ ràng có sự mâu thuẫn giữa ông Diệm và những người ủng hộ Bảo Đại và người Mỹ muốn thay chân Pháp ở VN qua ông Diệm.

Ngày 4 tháng 10 năm 1955, những người ủng hộ Diệm thành lập Ủy Ban Trưng Cầu Dân Ý truất phế Quốc trưởng Bảo Đại. Việc bỏ phiếu không được công bằng vì ban tổ chức đã sắp xếp để Ngô Đình Diệm tuyệt đối thắng.

Kết quả: Ngô Đình Diệm đắc cử với 98.2% số phiếu.

11. Bảo Đại, những ngày cuối đời

Ở ngôi vua và "Quốc trưởng" gần 25 năm, nhưng trên thực tế không có mấy thời gian Bảo Đại thực thi chức trách, quyền hành của mình. Phần lớn thời gian ông dành cho thể thao, săn bắn, vui chơi và giải trí cùng người đẹp. Người ta thấy ông sống ở Tây Nguyên nhiều hơn ở kinh thành.

Sau khi bị Ngô Đình Diệm tiếm ngôi "Quốc trưởng" năm 1954, Bảo Đại sống lưu vong ở Paris.

Bảo Đại lúc đầu sống tại Cannes, sau đó chuyển đến vùng Alsace.

Năm 1982, khi đã tiêu pha hết cả tài sản, Bảo Đại kết hôn với Monique Baudot, một phụ nữ Pháp kém Bảo

Cựu hoàng Bảo Đại và người vợ cuối cùng Monique Baudot.

Đại hơn 30 tuổi, từ đây ông chuyển theo đạo Công giáo lấy tên thánh là Jean Robert.

Năm 1982, nhân lời mời của Hội Hoàng tộc ở hải ngoại, Bảo Đại lần đầu tiên sang thăm Mỹ với tư cách cá nhân. *[Trong chuyến đi này ông đã làm khai sinh công nhận cho những người con ngoại hôn]*

Chuyến viếng thăm gây được ít nhiều tiếng vang trong cộng đồng người Việt ở California. Ông còn dự định phải phát biểu tại Quốc hội Mỹ ở Washington. Nhưng do một cử chỉ thiếu tôn trọng đối với Monique, khiến ông phải rút ngắn chuyến viếng thăm và hủy bỏ chương trình phát biểu tại Quốc hội Mỹ.

Tại Sacramento thủ phủ của California ông được tặng chiếc chìa khóa vàng tượng trưng cho thành phố này. Ông cũng được bà Thị Trưởng thành phố Westminster, California tặng danh hiệu "công dân danh dự" của thành phố.

Những ngày cuối đời tại Pháp, Bảo Đại sống buồn tẻ, chỉ dạo chơi với các con mèo. Ông ít xuất hiện trước đám đông, không tham dự các buổi họp ở Câu lạc bộ Pháp quốc hải ngoại chỉ cách nơi ông ở vài trăm mét.

Ông cho ra đời cuốn hồi ký *Con Rồng Việt Nam* do Nguyễn Phước Tộc XB 1990, mang tên ông là tác giả.

Ông không còn tiền. May thay chính phủ Pháp trở lại trợ cấp cho ông chắc là có sự can thiệp của bè bạn. Thời Giscard d'Estaing làm Tổng thống, ông chẳng được gì cả, nhưng khi cánh tả lên nắm chính quyền thì hàng tháng ông được trợ cấp tám ngàn franc. Đến thời Jacques Chirac thì được nâng lên hai mươi ngàn franc.

Mộ Cựu Hoàng Bảo Đại tại nghĩa trang Passy Paris.

Cựu Hoàng Bảo Đại là vị Vua thọ nhất nhà Nguyễn. Ông qua đời ngày 31 tháng 7 năm 1997 tại Quân y viện Val de Grace, hưởng thọ 84 tuổi. Ông là một phế đế sống thọ nhất trên thế giới thời hiện đại.

Đám tang Bảo Đại được điện Elysée đứng ra lo liệu đầy đủ và trang trọng. Về phía gia đình, ngoài bà quả phụ Vĩnh Thụy Baudot có hoàng tử Bảo Long và các công chúa cùng đến tiễn đưa thân phụ, ngoài ra còn có bà Didelot (chị ruột của bà Nam Phương), tuy đã 90 tuổi nhưng cũng tới dự.

Linh cữu Bảo Đại được đưa từ Quân y viện Val de Grace tới thành đường Saint Pierre de Chaillot để làm lễ cầu hồn. Ông được an táng tại nghĩa trang Passy, quận 16, Paris, khá gần tháp Eiffel.

Đám tang Bảo Đại, Pháp cử một tiểu đội lính Lê Dương quân phục trắng, gù đỏ trên vai, bồng súng, một sĩ quan cầm quốc kỳ Pháp đi đầu và tiểu đội lính cầm súng đi hai bên linh cữu. Chính phủ Pháp có cử đại diện đến dự lễ, chia buồn và tiễn đưa. Hà Nội cũng đã gửi điện chia buồn và vòng hoa viếng.

12. Kết Luận

Bảo Đại nhà lãnh đạo có hạng của Việt Nam trong thế kỷ XX. Ngài có công hình thành "Quốc Gia Việt Nam" thống nhứt, có Quốc Ca, Quốc Kỳ, với nền Giáo Dục Nhân bản Khoa Học Khai phóng làm đối trọng với chủ nghĩa Cộng sản.

Cuộc đời của Ngài cũng thăng trầm theo vận nước trong một thế giới nhiều biến động của thế kỷ XX.

Ngài là con người thông minh, tuy sống xa dân nhưng ít nhiều cũng hiểu được thần dân của mình. Được hấp thụ bởi hai nền giáo dục Việt và Pháp. Sang Pháp du học từ lúc 7 tuổi, được học các trường nổi tiếng ở Paris, đỗ tú tài loại ưu, được vào học trường Sciences PO (Đại học Khoa học chính trị) danh tiếng, lại được cử nhân Hán học Lê Nhữ Lâm do Triều đình Huế cử sang dạy thêm chữ Hán.

Pháp, nơi đã nuôi dưỡng Ngài từ nhỏ, hai lần đưa ngài trở về chấp chính nhưng cuối cùng lạnh nhạt và bỏ rơi Ngài. Đến vợ, con, người tình và biết bao người chịu ân sủng cũng xa lánh, đã làm cho Ngài day dứt không yên đến chết.

Khi còn trẻ lúc trị vì ở Huế, Ngài đã nghe lời mẹ là thái hậu Từ Cung, quy y Phật giáo, khi về già, lưu lạc xứ người, bơ vơ cô đơn phải đưa vào bà vợ trẻ, rồi phải làm lễ rửa tội năm 1988.

Qua cuốn hồi ký *Le Dragon d'Annam*, chúng ta thấy Bảo Đại là một người ngay thẳng, công bình, khoan hòa và có lòng yêu nước. Mặc dầu đã phải trải qua nhiều thăng trầm trên chính trường, ông vẫn giữ được một thái độ ung dung của người quân tử, không giận kẻ chống mình, không chê trách những người phò tá làm hỏng việc và cũng không lên án đối phương. Ông tường thuật những chuyện đã xảy ra một cách vô tư và thoải mái, không hề cố ý đánh bóng cá nhân mình.

Năm 1982, khi Bảo Đại từ Pháp đến thăm California, cụ Cao Xuân Vĩ có hỏi Bảo Đại nghĩ thế nào về việc bị ông Diệm truất phế năm 1955, Bảo Đại trả lời rất tự nhiên: "Việc thế thì phải thế thôi!"

Bảo Đại, Ngài là vị hoàng đế không tham quyền cố vị, biết quyền lực của mình. Biết thời thế nên tuyên bố thoái vị là để lại câu nói lịch sử: ***Làm dân một nước độc lập hơn làm vua một nước nô lệ.***

Vua Bảo Đại, ảnh bìa báo Paris Match.

Thư Mục Tham Khảo
(Phần I, II, III)

- Trần Trọng Kim, *Việt Nam Sử Lược*, NXB Đà Nẵng, 2001.
- Bảo Đại, *Con Rồng Việt Nam*, Nguyễn Phước Tộc, 1990.
- Nguyễn Tiến Lãng, *Les chemins de la révolte - Đường cách mạng*, Y Việt xuất bản.
- Phạm Khắc Hòe, *Kể chuyện vua quan nhà Nguyễn*, Nhà xuất bản Thuận Hóa, Huế 1991 và *Từ Triều đình Huế đến chiến khu Việt Bắc*, Nhà xuất bản Thuận Hóa, 1987. *Có gì lạ trong cung nhà Nguyễn*, Nhà xuất bản Thuận Hóa.
- *Nội san Hội đồng Hoàng tộc Nguyễn Phước* Hải ngoại.
- Bách khoa toàn thư mở Wikipedia...

Phần IV
ĐẤT NƯỚC CON NGƯỜI LỤC TỈNH

1. Bản sắc con người Lục Tỉnh
2. Châu Đốc - Vùng đất sau cùng
3. Đồng Tháp Mười
4. Ngã Bảy Phụng Hiệp
5. Bắc Chợ Gạo Xưa và Nay
6. Địa danh An Giang xuất hiện năm 1779
7. Bàn Thông Thiên ở Lục Tỉnh
8. Gò Công "Năm Thìn bão lụt"
9. Cù lao Ông Chưởng
10. Pháo Đài - Gò Công
11. Tha La xóm đạo ngày xưa
12. Hát Tiều ở Bạc Liêu

Người Lục Tỉnh hiếu khách

1. Bản sắc con người Lục Tỉnh

Nam Kỳ Lục Tỉnh trước tiên chỉ là tên gọi sáu tỉnh Đàng Trong của nhà Nguyễn. Rồi trên bước đường phát triển Lục Tỉnh định hình tánh cách của những người đi khai phá được thể hiện qua cách ăn, lối sống. Trong mấy trăm năm định hình và phát triển, Lục Tỉnh đã tạo nên cho mình những giá trị văn hóa vật chất và tinh thần vô cùng phong phú, độc đáo và trở thành một bản sắc rất riêng so với cả nước.

Khó đi mượn chén ăn cơm
Mượn ly uống rượu, mượn đờn kéo chơi.

Lòng qua như sắt, nói chắc một lời
Bạc tiền chẳng trọng, chỉ trọng người tình chung.
(Ca dao Lục Tỉnh)

Nam Kỳ Lục Tỉnh là tên gọi dưới thời vua Minh Mạng. Sau khi thực dân Pháp chiếm vùng nầy, họ đặt tên là Nam Kỳ thuộc Pháp. Thời Việt Nam Cộng Hòa thì vùng Lục Tỉnh được hiểu là lãnh thổ hai vùng Chiến thuật III và IV.

Trịnh Hoài Đức trong tác phẩm *Gia Định Thành Thông Chí*, thì chữ Gia Định bấy giờ tác giả dùng chỉ vùng Lục Tỉnh, chớ không riêng chỉ tỉnh Gia Định mà thôi. Tháng 3 năm 1945, khi Nhựt Bổn thay thế Pháp ở Việt Nam, Thống sứ Nhật là Nashimura đổi tên Nam Kỳ thành Nam Bộ. Việt Minh cướp chánh quyền, dùng chữ Nam Bộ chỉ đất Nam Kỳ và được chánh thức dùng trong hiến pháp VNDCCH năm 1945. Riêng nhà văn Sơn Nam dùng danh từ Miệt Vườn để chỉ Nam kỳ Lục tỉnh.

Mẹ mong gả thiếp về vườn,
Ăn bông bí luộc, dưa hường nấu canh
(Ca dao Lục Tỉnh)

Theo lịch sử, Nam Kỳ Lục Tỉnh trước đây là lãnh thổ của hai nước Phù Nam và Chân Lạp. Vào thế kỷ 17, đây chỉ là vùng đất hoang sơ được Chúa Nguyễn đưa dân vào khai phá rồi sáp nhập vào lãnh thổ nước Đại Việt.

Năm 1834 Minh Mạng chia phần đất từ Ninh Bình trở ra phía bắc tên gọi Bắc Kỳ có 18 tỉnh. Đất từ Thanh Hóa đến Bình Thuận là Trung Kỳ có 12 tỉnh và từ Biên Hòa vào nam là Nam Kỳ có 6 tỉnh hay Lục tỉnh Nam Kỳ là: Gia Định, Biên Hòa, Định Tường ở miền Đông; Vĩnh Long, An Giang và Hà Tiên ở miền Tây.

Trong thời Pháp, năm 1899 Nam Kỳ chia ra 20 tỉnh, 3 miền, phân bố như sau: Miền Đông có 4 tỉnh: Tây Ninh, Thủ Dầu Một, Biên Hòa và Bà Rịa. Miền Trung có 9 tỉnh: Gia Định, Chợ Lớn, Mỹ Tho, Gò Công, Tân An, Vĩnh Long, Bến Tre, Trà Vinh và Sa Đéc. Miền Tây có 7 tỉnh: Châu Đốc, Hà Tiên, Long Xuyên, Rạch Giá, Cần Thơ, Sóc Trăng và Bạc Liêu.

"Nết làm sao ở làm vậy..."

Để hiểu người miền Lục Tỉnh, thiết tưởng nên xem họ "ăn làm sao ở làm sao"?

Người Lục Tỉnh: Chất phác, đơn giản, thành thực là bản chất người Lục Tỉnh mà chúng ta chắc ai cũng nhận ra khi sống chung lộn với.

Đêm khuya ngủ gục, anh vớ hụt con tôm càng
Phải chi anh vớt được cái kiềng vàng em đeo.

(Ca dao Lục tỉnh)

Trịnh Hoài Đức tác giả cuốn *Gia Định Thành Thông Chí* đã có nhận xét về người Gia Định tức Lục Tỉnh như sau:

Vùng Gia Định nước Việt Nam đất đai rộng, lương thực nhiều, không lo đói rét, nên dân ưa sống xa hoa, ít chịu súc tích, quen thói bốc rời. Người tứ xứ. Nhà nào tục nấy Gia Định có vị trí nam phương dương mình, nên người khí tiết trung dũng, trọng nghĩa khinh tài…

Như vậy bản tánh của người Lục Tỉnh được hình thành theo Trịnh Hoài Đức là do hoàn cảnh lịch sử, đất đai và xã hội vùng đất mới.

Bản tánh được thể hiện như:

- ***Ôn hòa, thực tế.*** Người Lục Tỉnh sống dung hòa, cùng nhau mà sống, không tỏ ra quá khích, biết ăn ở sao cho không làm hại đến quyền lợi của xóm giềng lân cận. Sống sao cho đừng trở thành thù nghịch với người khác.

- *Tánh hiếu khách*: Người Lục Tỉnh vốn là dân tứ xứ vào vùng đất mới, phải sống chung lộn với người Tàu và người Miên cùng một số sắc dân khác, nên hiếu khách là như cầu sinh tồn. Trước những khắc nghiệt của thiên nhiên, của bất trắc, lưu dân Việt cần có nhau, tương trợ nhau. Nên khi mới gặp nhau, không ai bảo ai, dù chưa quen biết nhau, dân Nam Kỳ đều mời cơm nước trà rượu như đã là bà con cật ruột.

Khó đi mượn chén ăn cơm
Mượn ly uống rượu, mượn đờn kéo chơi.
(Ca dao Lục Tỉnh)

Có người còn giải thích tính hiếu khách, hào phóng của dân Nam Kỳ là do sự trù phú, màu mỡ của ruộng vườn, làm chơi mà ăn thiệt. Giải thích như vậy có phần đúng, nhưng chưa đủ, bởi lẽ không phải ai giàu cũng hào phóng nếu không sẵn có lòng hào phóng. Giả lại ngày đầu chơn ướt chơn ráo người lưu dân làm gì có ruộng vườn....

Biểu hiện của tính hiếu khách của người Nam Kỳ là thích tiệc tùng, bè bạn. Dân Nam Kỳ hay ăn nhậu, đờn ca xướng hát. Người Nam Kỳ hôm nay là dân đến từ miệt ngoài. Do hoài niệm quê cha đất tổ, nên sau những giờ làm việc cực lực họ có nhu cầu bầu bạn tâm sự, kể cho nhau nghe những kỷ niệm xưa để vơi phần nào nỗi sầu ly hương. Do vậy mà họ có thể uống rượu ở bờ ruộng, ven rừng đến những buổi tiệc cúng đình, đám giỗ và mượn đờn ca giải khuây, để kết bạn. Tiệc rượu là dịp bàn chuyện làm ăn, dựng vợ gả chồng cho con, chuyện làng xóm.

- ***Sống điệu nghệ.*** Đây là bản chất độc đáo hình thành cá tính đặc trưng của con người Nam Kỳ. Xuất thân từ đám lưu dân đi lập đồn điền cho chủ. Đại bộ phận họ là thành phần dốt chữ nên bị quan lại và sĩ phu khinh miệt. Luật bấy giờ đặt ra hoàn toàn dùng để trị dân, ai dám cãi lời quan thì bị căng nọc đánh.

Người lưu dân đa số là dân đen. Họ tự nhận là tiểu nhân với thái độ lại tự tôn. Họ tự đặt luật lệ riêng, luân lý riêng để sống với nhau. Gọi là "điệu nghệ".

Điệu là đạo, ***Nghệ*** là nghĩa, nói trại ra.

Đạo ở đây là đạo làm người, tổng hợp những nét thực dụng của Khổng, Lão, Phật: Đó là tình nghĩa anh em, bầu bạn, vợ chồng; Là chịu chơi, không lợi dụng quyền thế để lấn hiếp kẻ yếu, ăn ở thủy chung, dám liều thân vì nghĩa lớn. Và "điệu nghệ" tạo ra một kiểu anh hùng, một người kiểu quân tử bình dân của người Lục Tỉnh.

- ***Hào sảng, phóng túng:*** Lối sống nầy có từ ban đầu của người khai phá phải cam go cho tới sau nầy ruộng vườn mênh mông, sinh nhai dễ dàng.

Đám bình dân làm mướn đủ ăn, nhưng họ sống một cách ung dung phóng khoáng, dám ăn dám xài, khi gặp chuyện họ dám thả giàn, xả láng.

Đến nhà một gia đình miền Lục Tỉnh mà gặp bữa cơm thì sẽ được mời một cách cởi mở: *"Ăn cơm chưa? Sẵn bữa ăn luôn"* mặc dù mâm cơm chẳng có gì.

Đặc tính con người miền Lục Tỉnh là nghĩa hiệp bất khuất, mang chất tinh thần phiêu lưu giang hồ, ngang tàng, phóng khoáng, tiêu xài rộng rãi, bộc trực, ăn nói thẳng thắng, ít nói rào đón, chất phác, sống giản dị, lạc quan yêu đời, hiền lành, cởi mở, chân tình, vị tha, rộng lượng.

- ***Trọng nhơn nghĩa.*** Bất cứ người Nam bộ nào cũng đều rất coi trọng tình nghĩa. Kẻ bất nhân, bất nghĩa thì khó có cơ hội dung thân ở vùng đất này.

Tiền tài như phấn thổ, nhân nghĩa tợ thiên kim.
Ngọc lành ai lại bán rao
Chờ người quân tử em giao nghĩa tình.

Vào xứ lạ Đàng Trong mấy ai đem theo cả gia đình. Từ những người dưng xa lạ họ cùng nhau quần tụ lại, lập thành xóm thành làng, cùng nhau khai khẩn, cùng sát cánh với nhau trong cuộc mưu sinh đầy gian khổ. Tất cả trở thành "bà con một xứ".

Vì là bà con một xứ nên khi tối lửa tắt đèn giúp đỡ nhau ai cũng sẵn sàng, thậm chí cả khi phạm tội cũng được chòm xóm bao che.

Thế mới nói Nam Kỳ Lục Tỉnh là nơi *đất lành chim đậu* là vậy!

Thờ "Cửu huyền thất tổ"

Trong thuở ban sơ phải đối mặt với bao nỗi lo, những hiểm nguy từ thiên nhiên khắc nghiệt khiến ảnh hưởng sâu đậm đến tâm linh người Lục Tỉnh.

> *Tới đây xứ sở lạ lùng*
> *Con chim kêu phải sợ, con cá vùng phải kinh*
> (Ca dao Lục Tỉnh)

Người dân Lục Tỉnh do đó có không biết bao nhiêu thần hộ mạng trên con đường lập nghiệp hiểm nghèo. Một con thú dữ, một con sông, một tiếng trời gầm, tất cả đều gieo cho họ sự sợ hãi. Trong nỗi bơ vơ, họ luôn cầu nguyện đất trời để phù hộ. Họ nương nhờ miếu, trang, chùa... để thờ phượng từ thần linh đến thờ vua, thờ cha mẹ...

> *Ngó lên rừng thấy cặp cu đang đá,*
> *Ngó dưới biển thấy cặp cá đang đua,*
> *Biểu anh về lập miếu thờ vua,*
> *Lập trang thờ mẹ, lập chùa thờ cha.*
> (Ca dao Lục Tỉnh)

Thờ cúng tổ tiên của người Việt từ đàng Ngoài vốn chịu ảnh hưởng của Nho giáo: Gia đình thờ cúng theo dòng, theo chi, theo nhánh. Vua chúa chia xã hội ra thứ bực và qui định cách thờ Tổ Tiên từ như sau:

- Thứ dân chỉ được thờ tới Nhứt Tổ (Ông Nội).
- Các quan Đại Phu được thờ tới Tam Tổ.
- Các vua chư Hầu được thờ tới Ngũ Tổ.
- Hoàng Đế thì thờ tới Thất Tổ.

Người lưu dân ra đi bỏ lại mồ mả ông bà tổ tiên, không có cơ may trở lại cố hương. Khi vào Lục Tỉnh Nam Kỳ bèn lập nơi thờ Tổ Tiên mới. Dầu biết là thứ dân nhưng không chấp nhận chỉ thờ Nhứt Tổ, như qui định ngày xưa do vua đặt ra, mà nhà nhà đều thờ đến

Cửu Huyền Thất Tổ — Tức là thờ thêm tổ tiên còn ở lại Đàng Ngoài.

Do vậy trong các gia đình người Lục Tỉnh khi khấn vái trước bàn thờ ai cũng khấn nguyện Cửu huyền Thất Tổ.

Cửu huyền là Chín đời: Cao, tằng, tổ, cha, mình, con, cháu, chắt, chít.

Thất tổ là bảy đời: Cao, tằng, tổ, cao cao, tằng tằng, tổ tổ, cao tổ. Chữ "huyền" được hiểu như là "đời", là thế hệ.

Phật giáo phái Khất Sĩ, Phật giáo cổ Sơn Môn, Phật Giáo Hòa Hảo... vẫn dùng từ "Cửu Huyền Thất Tổ" trong cùng bái thờ phượng người quá cố.

Nam Kỳ Lục Tỉnh trước tiên chỉ là tên gọi sáu tỉnh Đàng Trong của nhà Nguyễn. Rồi trên bước đường phát triển, Lục Tỉnh định hình tánh cách của những người đi khai phá, được thể hiện qua cách ăn lối sống.

Trong mấy trăm năm định hình và phát triển, Lục Tỉnh đã tạo nên cho mình những giá trị văn hóa vật chất và tinh thần vô cùng phong phú, độc đáo và trở thành một bản sắc rất riêng so với cả nước.

Quận Cam, vào Thu năm 2013

2. Châu Đốc - Vùng đất sau cùng

Chàng đi Châu Đốc, Nam Vang,
Nỗi sầu em chịu đa mang một mình.
　(Ca dao)

Châu Đốc nghĩa là vùng đất mới được khai thác sau cùng - Châu là vùng đất; Đốc là sau cùng.

Châu Đốc, bao gồm An Giang, thời Nam Kỳ Lục Tỉnh là điểm dừng chơn cuối cùng của công cuộc Nam tiến chứ không phải xứ Hà Tiên - Cà Mau như nhiều người hiểu lầm! Đây là vùng đồng bằng trũng thấp, chợt có rặng núi Sam nhô lên la liệt núi tiếp núi.

Châu Đốc nằm bên ngã ba của sông Châu Đốc và sông Hậu, cách Sài Gòn khoảng 250km, cách Long Xuyên khoảng 55km.

Một số món ăn mà các bạn nên thưởng thức khi đến Châu Đốc: như mắm, bún nước kèn, đường thốt nốt...

Nếu về núi Sam, Châu Đốc vào mùa nước nổi, thế nào cũng phải tìm món canh chua độc đáo cá ba sa nấu với bông điên điển!

Mắm Châu Đốc. Dốc Nam Vang.

(Ngạn ngữ)

Châu Đốc theo thời gian

Do tranh chấp nội bộ Chân Lạp, Nặc Tôn chạy sang Hà Tiên nhờ Mạc Thiên Tứ cầu cứu với chúa Võ Vương, là vị chúa thứ 8 của nhà Nguyễn.[1]

Chúa sai thống suất Trương Phúc Du đưa Nặc Tôn lên làm vua Chân Lạp. Năm 1757, vua Nặc Tôn dâng đất Tầm Phong Long (nằm giữa sông Tiền và sông Hậu tương ứng với Châu Đốc, Sa Đéc bây giờ) để tạ ơn chúa Nguyễn.

Năm 1757 Nguyễn Cư Trinh đem quân từ dinh Long Hồ vào vùng nầy thành lập ba đạo là Châu Đốc đạo, Tân Châu đạo và Sa Đéc đạo.

Đến Gia Long năm 1808, Châu Đốc thuộc huyện Vĩnh Định, phủ Định Viễn, trấn Vĩnh Thanh, thuộc Gia Định thành.

Trấn thủ Vĩnh Thanh là Lưu Phước Tường đem 3,000 dân binh xây dựng Đồn Châu Đốc. Sau nầy do bị nước lụt làm lở sụt nhiều nơi, nên Trấn thủ Vĩnh Thanh

---

[1] Vũ Vương Nguyễn Phúc Khoát chính là vị vương sai người phỏng theo áo của người Chăm và áo sườn xám của Trung Hoa chế ra chiếc áo dài Việt Nam. Trang phục này cho đến nay vẫn được coi là trang phục truyền thống dân tộc.

lúc nầy là Nguyễn Văn Thoại phải cho tu bổ lại, có tăng cường thêm đá xanh ở một số nơi cho được kiên cố.

Năm 1832, khi vua Minh Mạng đổi trấn thành tỉnh, Gia Định chia thành Nam Kỳ lục tỉnh: Biên Hòa, Gia Định, Định Tường, Vĩnh Long, An Giang và Hà Tiên, trấn Châu Đốc đổi thành tỉnh An Giang, tỉnh ly đặt tại thành Châu Đốc.

Đứng đầu tỉnh An Giang là chức Tổng đốc (kiêm quản tỉnh Hà Tiên nên gọi Tổng đốc An Hà), giúp việc có 2 Ty Bố chánh và Án sát. Năm 1834 vua Minh Mạng cho triệt phá thành Châu Đốc cũ xây dựng thành Châu Đốc mới theo hình bát quái.

Sau khi 3 tỉnh miền Đông bị mất về tay Pháp, quan Kinh Lược Phan Thanh Giản về cố thủ 3 tỉnh miền Tây: cho dựng tại Vĩnh Long một Văn Thánh Miếu và lập tại tỉnh thành An Giang, lập trường thi Hương Châu Đốc, để đáp ứng việc học hành khoa cử của con dân 3 tỉnh còn lại.

Năm 1868, Pháp đánh chiếm 3 tỉnh miền Tây, rồi Nam Kỳ thành 24 hạt thì hạt Châu Đốc gồm Long Xuyên và Sa Đéc. Ngày 30 tháng 12 năm 1899, Toàn quyền Đông Dương đổi hạt Tham biện thành tỉnh; chia An Giang thành 2 tỉnh Châu Đốc và Long Xuyên.

Có thể câu ca dao: Đèn nào cao bằng đèn Châu Đốc... xuất hiện trong thời gian này.

Đến cuối năm 1956, chính quyền Ngô Đình Diệm sáp nhập Châu Đốc với Long Xuyên thành tỉnh An Giang.

Hiện nay Châu Đốc là một thị xã biên giới sầm uất thuộc tỉnh An Giang, có diện tích tự nhiên 99.95 km^2, dân số trên 100,000 người, là cửa ngõ ra 2 tỉnh Tà Keo, Kandal và Thủ đô Phnom Penh của Campuchia.

Đến thăm Châu Đốc bạn dễ nhận ra người dân bản xứ cái gì cũng chầm chậm, không ồn ào, không hấp tấp như nơi khác.

Châu Đốc với Kinh Vĩnh Tế

Kinh Vĩnh Tế, biển Hà Tiên,
Ghe thuyền xuôi ngược bán buôn dập dìu.
(Ca dao)

Năm 1819, vua Gia Long cho lệnh đào con kinh song song với đường biên giới Việt Nam - Chân Lạp, bắt đầu từ bờ tây sông Châu Đốc thẳng nối giáp với sông Giang Thành, thuộc thị xã Hà Tiên. Kinh đào sau đặt là kinh Vĩnh Tế.

Đường đi Châu Đốc xa vời
Gửi thơ thì khó, gởi lời thì không
Anh đi Châu Đốc Nam Vang,
Viết thơ nhắn lại em khoan lấy chồng.
(Ca dao)

Công trình đào kinh kéo dài từ thời Nguyễn Văn Nhơn làm Tổng trấn Gia Định Thành (1819-1820) cho đến thời Lê Văn Duyệt làm Tổng Trấn Gia Định Thành (1820-1832) mới xong.

Kinh có chiều dài là 87km, 340, rộng 30m, độ sâu trung bình khoảng 2.55m. Ước tính trong 5 năm, các

Kinh Vĩnh Tế thẳng như kẻ với một bên là Việt Nam

quan phụ trách đã phải huy động đến hơn 90,000 dân binh. Tổng số ngày công là 3,463,500, và khối lượng đất đào là: 2,845,035 m^3. Bởi công việc nặng nhọc, nơi "sơn lam chướng khí"; việc ăn uống, thuốc men thảy đều thiếu thốn, khiến số người chết vì bệnh tật, kiệt sức, vì thú dữ như sấu, rắn rít... hơn 6,000 dân binh đã bỏ thây nơi miền hoang dã.

Năm Minh Mạng thứ 16 (1835), nhà vua cho đúc Cửu đỉnh để làm quốc bảo và tượng trưng cho sự miên viễn của hoàng gia, hình kinh Vĩnh Tế được chạm khắc trên Cao đỉnh.

Xây Chùa Tây An - Trấn Yên cõi Tây

Cuộc chiến giữa nước Xiêm La và Đại Nam thời Thiệu Trị, diễn ra trên lãnh thổ Cao Miên từ 1841 đến

1845 kết thúc. Nguyễn Tri Phương rút quân về đóng ở Trấn Tây Chân Lạp, đợi quân Xiêm thi hành những điều giao ước đã định.

Năm 1846, Nặc Ông Đôn dâng biểu tạ tội và sai sứ đem đồ phẩm vật sang triều cống, nhìn nhận sự bảo hộ song phương của Xiêm và Đại Nam.

Tháng hai năm 1847, Thiệu Trị phong cho Nặc Ông Đôn làm Cao Miên quốc vương, xuống chiếu truyền cho quân thứ ở Trấn Tây rút về An Giang. Từ đó nước Chân Lạp lại có vua, và việc ở phía Nam mới được yên ổn.

Năm 1847, Tổng đốc An Hà là Doãn Uẩn vui mừng vì lập được đại công đánh đuổi được quân Xiêm La, bình định được Chân Lạp, nên đã cho xây dựng một ngôi chùa bằng tường gạch, nền cuốn đá xanh, mái lợp ngói; và đặt tên là Tây An tự với hàm ý trấn yên bờ cõi phía Tây.

Chùa Tây An tọa lạc tại ngã ba, cận kề chân núi núi Sam, kiến trúc kết hợp phong cách nghệ thuật Ấn Độ và kiến trúc cổ dân tộc đầu tiên tại Việt Nam. Chùa theo phái Đại thừa, có tới 11,270 tượng lớn nhỏ bằng gỗ.

Sách Đại Nam nhất thống chí viết về chùa Tây An như sau:

Chùa đứng trên núi, mặt trước trông ra tỉnh thành, phía sau dựa vào vòm núi, tiếng người vắng lặng, cổ thụ âm u, cũng là một thắng cảnh thiền lâm vậy:

Chùa cho thấy ngay sự hiện diện của một tín ngưỡng mới trong dân gian Lục tỉnh: đó là tín ngưỡng thờ Mẫu. Việc thờ Mẫu gắn liền với thờ Phật là trường hợp bình thường trong nhiều chùa chiền, phù hợp với nhu cầu tín ngưỡng bình dân. Kiểu dáng bày trí theo mô thức *"tiền Mẫu, hậu Phật"* (phía trước thờ Mẫu, phía sau thờ Phật), khác với nhiều ngôi chùa miền Bắc (tiền Phật, hậu Mẫu).

Tổng đốc An Hà là Doãn Uẩn xây chùa vì lập được đại công đánh đuổi được quân Xiêm La, bình định được Chân Lạp.

Ngôi chùa có kiến trúc kết hợp phong cách nghệ thuật Ấn Độ và kiến trúc cổ dân tộc đầu tiên tại Việt Nam, Chùa Tây An còn mang ý nghĩa tiềm ẩn to lớn là trấn yên bờ cõi phía Tây.

Chùa Tây An núi Sam.

3. Đồng Tháp Mười

Ai về dưới miệt Tháp Mười,
Cá tôm sẵn bắt, lúa trời sẵn ăn.
(Ca dao)

Từ Sài Gòn theo quốc lộ 1 về miền Tây, tới ngã ba An Hữu quẹo phải vô quốc lộ 30 đi chừng 8km về hướng Cao Lãnh là tới cầu Long Hiệp. Từ đây, bạn bắt đầu ngao du sông nước bằng cách xuống "Tắc Ráng" đi thẳng vô Tháp Mười.

Năm 1939, Nguyễn Hiến Lê đi Đồng Tháp Mười đo mực nước sông phải đi tàu từ Tân An theo sông Vàm Cỏ Tây lên tận biên giới Việt Nam - Campuchia, đánh vòng qua Hồng Ngự rồi mới theo kinh Dương Văn Dương vô Tháp Mười.

[Nguyễn Hiến Lê tốt nghiệp trường Cao đẳng Công chính Hà Nội rồi vào làm việc tại các tỉnh miền Tây Nam Việt, nửa thế kỷ gắn bó với Nam Kỳ]

PHẦN IV • ĐẤT NƯỚC CON NGƯỜI LỤC TỈNH
3. Đồng Tháp Mười

Đồng Tháp Mười không phải địa danh hành chánh, mà do người dân địa phương tự phát đặt ra vào đầu thế kỷ XIX, chỉ một vùng ngập nước, không có ranh giới rõ ràng, nằm giữa Sông Tiền và sông Vàm Cỏ Đông rộng trên 930,000 mẫu.

Thời Ngô Đình Diệm, vào năm 1958, cho xây tại đây một cái tháp mười tầng cao 42m, theo kiểu tháp chùa Thiên Mụ. Ngày xưa Đồng Tháp Mười hoang vu:

Muỗi kêu như sáo thổi,
Đỉa lội tợ bánh canh.
(Ngạn ngữ)

Ngày nay Đồng Tháp Mười có dân số tính được là 1,667,706 người, có Vườn quốc gia Tràm Chim, có nhiều khu du lịch hấp dẫn du khách khắp nơi đến thăm thú và thưởng thức đặc sản địa phương nổi tiếng.

Vườn cò Tháp Mười.

Lúa Trời Đồng Tháp

Trịnh Hoài Đức trong sách "Gia Định thành thông chí" gọi lúa nầy là Lúa "Quỷ cốc"; nông dân sống lâu năm ở vùng Đồng Tháp Mười gọi là lúa ma.

Bởi lẽ lúa không ai gieo sạ mà nó tự nhiên mọc mênh mông trên đồng nước. Hằng năm, vào khoảng tháng tư dương lịch, lúc trời bắt đầu sa mưa, hột lúa ở dưới đất bắt đầu nảy mầm và mọc lên, thân lúa cứng, lá to bản. Từ tháng 8 đến tháng 12, cây lúa vươn ngoi lên khỏi mặt nước, trổ đòng, đơm bông. Lúa ma bông to, dài, hạt thẳng chứ không uốn câu như lúa thường. Hạt lúa trời chín vào lúc nửa đêm về khuya và rơi rụng vào lúc mặt trời vừa ló. Gọi lúa ma là vậy.

Ngày xưa dân Đồng Tháp Mười thường chèo xuồng đi đập lúa trời vào lúc nửa đêm tới hừng sáng lúa đầy xuồng là chở lúa về nhà.

Lúa trời, còn có tên là lúa ma.

Sau khi đem lúa về, đem ngâm trong nước ba ngày, đem phơi rồi cho vào cối giã thành gạo, nhưng không giã gạo quá trắng.

Gạo lúa trời dài hơn gạo thường và có hàm lượng dinh dưỡng cao. Khi nấu, đổ gạo và nước vào nồi đất, úp một lá sen lên trước khi đậy vung để giữ được hương vị của cơm gạo lúa trời.

Nên mới nói ở Đồng Tháp lúa trời sẵn ăn là vậy.

Đặc sản Đồng Tháp Mười

Muốn ăn bông súng mắm kho
Thì về Đồng Tháp ăn cho đã thèm
(Ca dao)

Bạn đến miền Lục tỉnh, gần gũi với người miền này sẽ thấy họ có tài nấu nướng, chế biến món ăn bẩm sinh, và còn có tài tạo khẩu vị kỳ lạ, độc đáo thu hút người ăn.

Từ con chim, con rắn, con ốc, con cua, con tép cũng có thể làm thành món ngon quyến rũ mang đặc trưng địa phương. Từ các loại chim, người ở đây chế ra nào chim rô ti ăn với bánh mì, muối chanh để ăn nhậu, ăn chơi và để đãi khách phương xa...

Còn món ốc hấp lá gừng, món ăn dân dã nhưng ngon độc đáo, dễ làm, ai cũng ưa.

Ốc bắt đem về, trước tiên các bạn đem rửa cho hết bùn đất bằng cách ngâm nước vo gạo. Xếp ốc vào vì hấp để ốc mở miệng, dùng gai bưởi cạy lấy phần ruột ốc, rửa lại lần nữa với chút giấm cho sạch hết nhớt. Lấy lá gừng nhét vào trong vỏ ốc rồi nhét kín ruột ốc vào phần miệng ốc.

Xếp ốc vào nồi hấp khoảng 10 phút là ốc chín. Món nầy ăn với nước mắm gừng, lai rai với rượu đế thì đúng điệu...

Du khách đến thăm Đồng Tháp, đừng quên món nem Lai Vung, Bánh phồng tôm Sa Giang, Chuột đồng Cao Lãnh, Hủ tiếu Sa Đéc, cá linh kho chấm bông điên điển.

Để có món chuột Cao Lãnh ngon và hấp dẫn không phải dễ, cần có một chút tỉ mỉ.

Trước tiên, nên chọn chuột lớn vừa phải. Nhúng chuột vào nước sôi để làm lông sao cho không bị rách da, có như vậy, khi quay chuột mới có được màu vàng ươm và độ giòn của da chuột.

Sau đó làm sạch ruột; ướp gia vị sả - đường - bột ngọt... để cho thấm. Chuột sau khi sơ chế có thể quay chảo, nướng trên than. Món nầy từ xưa là món được người sành ăn nhậu ưa chuộng.

Chuột ăn rất béo, thịt thơm ngon không kém gì thịt nai rừng nên người miền Tây gọi thịt chuột là "nai đồng quê". Món này dùng kèm với muối tiêu chanh và rau răm, chuối chát...

Mắm kho bông súng

Bông súng trải khắp cánh đồng nước miệt Tháp Mười vào mùa nước nổi, mang một vẻ đẹp đơn sơ, giản dị và gần gũi với người dân.

Bông súng còn dâng tặng cả bản thân mình để con người làm món ăn ngon vào mùa nước nổi. Bông súng ăn với mắm kho độc đáo mà tới nay không biết ai là tác giả món ăn nầy?

Mắm kho phải là mắm cá sặc mới ngon, mắm lại có màu đo đỏ, sậm sậm trông rất bắt mắt. Và mắm cá sặc kho ăn bông súng thì hình như không thứ nào thay thế được.

Nấu mắm cũng phải biết cách thì mới ngon được.

Bông súng

Cho mắm vào nồi rồi cho nước vào lấp xấp, nấu cho mắm tan ra rồi lược lấy nước cốt bỏ xương mắm đi. Mắm phải lược nước nhất, nước nhì, nước ba mới lấy hết nước cốt. Cho tất cả vào nồi nấu sôi, nêm nếm gia vị cho vừa ăn. Phải bỏ ớt và sả bằm vào. Nồi mắm kho mà không có sả và ớt thì không phải là mắm nữa.

Ngày xưa ở quê ít có thịt heo nên người ta nấu mắm kho với cá rô, cá lóc, cá linh... và cho thêm cà nâu vào, ăn ngon lắm.

Như thế là một nồi mắm kho khá hoàn tất rồi đấy.

Thuở ban đầu người quê Lục Tỉnh ăn mắm khô không phải dọn ra bàn như ăn cơm, mà phải dọn trên nền nhà ăn mới ngon và thú vị. Nồi mắm kho để chính giữa xung quanh là những người trong gia đình ai cũng háo hức vì mùi mắm kho thơm ngào ngạt, mùi mắm kho bay xa khắp cả xóm. Chính vì vậy mà mỗi lần nhà nào ăn mắm kho như kích thích mấy nhà khác trong xóm cũng phải nấu mắm kho để ăn cho đã thèm.

Bông súng tước sạch vỏ, rửa sạch, ngắt đoạn khoảng gang tay cho vào rổ. Khi ăn mạnh ai nấy dùng tay bóc một nắm bông súng rồi bẻ cho vào chén, rồi múc nước mắm kho cho vào, thêm cá, thêm cà nâu nữa.

Mắm thơm ngon, bông súng giòn giòn, ớt hiểm cay cay, sả the the chót lưỡi... làm cho một món ăn tuyệt vời.

Món ăn mắm kho bông súng đơn sơ, giản dị, ai cũng có thể làm để thưởng thức cùng gia đình, một món ăn mang đậm hương vị phương Nam, nay mang hơi hướm quốc hồn quốc túy.

Mắm kho chấm với dưa bồng
Nồi cơm vét sạch mẹ chồng khen ngon
(Ca dao)

*

Trên đồng nước mênh mông, từng đám lúa ma đưa bạn vô Đồng Tháp Mười -- Bạn có thể vói tay nhổ một cây lúa ma để trải nghiệm cuộc sống nông dân xưa ở vùng này.

Tôi lại về khách sạn vườn quốc gia Tràm Chim, bạn có thể đi giăng câu, bắt cá, đặt lọp với người dân bản địa. Rồi với cá lóc, cá trê vàng, ếch nhái đặc sản mới thu hoạch ... tự làm những món ăn để tự thưởng thức.

Một bữa tiệc dân dã giữa rừng sẽ làm bạn nhớ suốt đời... Mời bạn đi Đồng Tháp Mời một chuyến.

4. Ngã Bảy Phụng Hiệp

Dòng sông thì rộng mênh mông
Áo em lại thắt lưng ong làm gì?
(Ca dao)

Ngã Bảy là nơi gặp nhau của bảy dòng kinh đào, nhưng người địa phương quen gọi là sông.

Khoảng năm 1903 đến 1914, người Pháp bắt đầu cho đào các kinh xáng Cái Côn - Cà Mau; kinh xáng Lái Hiếu và con kinh cặp Quốc lộ 1 đi Sóc Trăng - Cần Thơ; khai thông kinh Xẻo Môn, Mang Cá.

Nơi bảy con kinh tụ về một mối như cái rún, như ngôi sao giữa các đầu doi. Địa danh Ngã Bảy - chợ Ngã Bảy thuộc làng Phụng Hiệp, Tỉnh Cần Thơ từ đó ra đời.

Đứng trên cầu Phụng Hiệp nhìn qua bên trái cầu có hai cánh, một cánh là con sông Cái Côn chảy dưới cầu, trổ thẳng hàng một lèo ra sông Hậu; cánh kia là con kinh tẽ một đường bên phải sông Cái Côn trổ qua huyện Kế Sách (Sóc Trăng).

Bảy sông dồn nước, cuồn cuộn nước
Phù sa lớp lớp, quyện phù sa
(Ca dao)

Ngày nay Ngã Bảy là trung tâm kinh tế của tỉnh Hậu Giang với diện tích tự nhiên gần 8,000 ha, dân số gần 60,000 người. Từ Cần Thơ theo quốc lộ 1A về hướng Sóc Trăng chừng 30km là tới thị xã Ngã Bảy.

Bờ kinh Ngã Bảy trong bài Tình Anh Bán Chiếu

Có lẽ ít người biết đích xác đâu là "bờ kinh Ngã Bảy" trong bài ca vọng cổ, nơi để lại nỗi sầu tê tái cho anh chàng bán chiếu si tình của soạn giả Viễn Châu.

Ngã Bảy Phụng Hiệp

Từ cầu Phụng Hiệp nhìn về phía ngã năm, mé trái vòng xoay có một doi đất nhỏ ra giữa sông, dân địa phương thường gọi đó là Doi Cát hoặc Doi Tiều, vì xưa kia ở đây toàn cát và là nơi người Triều Châu tập trung sinh sống.

Chính nơi doi cát này là nơi ghe chiếu Cà Mau năm xưa của Viễn Châu cắm sào trên bến đợi.

Địa danh Ngã Bảy được nhắc đến trong bản vọng cổ "*Tình anh bán chiếu*" của soạn giả Viễn Châu, và qua giọng ca của nghệ sĩ Út Trà Ôn làm Ngã Bảy đi vào văn học làm nhiều người tò mò muốn biết!

Theo kể lại khoảng năm 1960 soạn giả Viễn Châu trên đường từ Bạc Liêu về Sài Gòn, tới cầu Phụng Hiệp thì xe đò bị hư nên dừng lại sửa. Trong khi chờ đợi, ông thả bộ ra Doi Cát, ở đó có một chàng trai ôm đôi chiếu bông ngồi mệt nhọc giữa trưa nắng, trước căn nhà cửa đóng kín, dáng vẻ như chờ đợi ai đã lâu. Ông hỏi lý do, chàng bán chiếu cho biết cô chủ nhà đặt làm đôi chiếu bông, bữa nay anh từ Cà Mau lên giao chiếu nhưng chẳng rõ cô chủ đi đâu đành ngồi đợi....

Chuyện chỉ có vậy nhưng soạn giả Viễn Châu cứ nghiền ngẫm hoài. Ông nhủ bụng *"sao mình không cho anh ta một mối tình?"* Vậy là trên đường về Sài Gòn, ông viết xong bài *Tình anh bán chiếu*, kể lại câu chuyện tình đơn phương của chàng trai thương hồ Cà Mau với cô gái xinh đẹp bên dòng kinh Ngã Bảy. Sau đó, với giọng ca "tê tái" của nghệ sĩ Út Trà Ôn, bài hát đã ăn sâu vào lòng người và địa danh Ngã Bảy dần trở nên quen thuộc:

Hòòòòo... ooơơi!
Chiếu Cà Mau nhuộm màu tươi thắm,
công tôi cực lắm mưa nắng dãi dầu.
Chiếu này tôi chẳng bán đâu,
tìm cô không gặp, hòòòo... ooơơi,
tôi gối đầu mỗi đêm.
Ghe chiếu Cà Mau đã cắm sào trên bờ kinh Ngã Bảy
sao cô gái năm xưa chẳng thấy ra... chào…

Chợ nổi Ngã Bảy

Chợ nổi Ngã Bảy ra đời sau khi đào kinh xáng Bảy Ngả 10 năm. Sau khi hoàn thành cụm kinh Ngã Bảy (khoảng năm 1914), đường thủy thông thương tiện lợi nhanh chóng hơn trước. Ghe tàu Cà Mau, Bạc Liêu, Sóc

Chợ Nổi Ngã Bảy.

Trăng, Rạch Giá đi lên, Vĩnh Long, Cần Thơ qua lại ngày càng nhiều, người dân chở nông sản, rau củ, trái cây tụ lại ở vùng này trao đổi, buôn bán.

Lúc đó trên bờ chưa có chợ, nên ghe xuống đậu thành nhóm. Chiếu Cà Mau, than đước Năm Căn, cá khô, mắm đồng, muối hột Bạc Liêu, sản vật khắp nơi tập trung về đây, lần hồi thành khu chợ nổi Ngã Bảy - Phụng Hiệp.

Thời thịnh nhất chợ nổi Ngã Bảy - Phụng Hiệp tập trung trên 3,000 ghe tàu buôn bán mỗi ngày.

Và những dịch vụ len lỏi qua những chiếc ghe để bán cháo, hủ tiếu, chè, nước giải khát, cà phê... kể cả tiệm may giữa sông; tiệm tạp hóa lưu động bán đủ thứ lặt vặt; thậm chí có cả... quán nhậu trên sông!

Tàu các nơi tới Bảy Ngã thì xuống khách, hàng chục chiếc đò dọc tấp vô đón. Rồi các đò khác đưa khách trong đồng ra lên tàu lớn nên khung cảnh càng thêm nhộn nhịp.

Cảnh buôn bán về đêm tấp nập, giọng rao lảnh lót xen lẫn tiếng đờn ca vọng cổ làm cho Ngã Bảy càng thêm trữ tình, thơ mộng.

Hồi đó cầu Phụng Hiệp là cầu sắt Quay, để tàu đò lớn ống khói cao nhòng qua lại được.

Những năm chiến tranh trước 1975, hãng thầu RMK của Mỹ thi công làm quốc lộ 4, cho phá cầu Quay thay bằng cầu đúc kiên cố.

Chợ rắn Phụng Hiệp

Tiếp theo sự ra đời của hệ thống kinh đào Ngã Bảy, đến năm 1917 chánh quyền Pháp cho thành lập Quận Phụng Hiệp thuộc tỉnh Cần Thơ. Sau năm 1956, quận thuộc tỉnh Phong Dinh (Cần Thơ). Sau ngày 30 tháng 04 năm 1975, Phụng Hiệp là huyện của tỉnh Hậu Giang.

Chợ nổi Phụng Hiệp cũng là chợ bán đặc sản sông nước đặc trưng của vùng đất Nam Kỳ không đâu sánh bằng. Nào là rắn, rùa, chim... đủ loại, đủ cỡ. Có thứ bán sống, có thứ làm sẵn, có thứ chế biến...

Từ chợ nổi, du khách sẽ được cập bến để lên chợ rắn trên đất. Cái tên chợ rắn Phụng Hiệp cũng đã rất quen thuộc với du khách quốc tế. Đến thăm chơi chợ rắn, du khách sẽ được mời uống rượu rắn và được xem những màn biểu diễn múa rắn. Chợ Phụng Hiệp quanh năm có rắn, rùa, chim, sóc, kỳ đà... phục vụ du khách.

Người phụ nữ Phụng Hiệp xem chuyện mua rắn, bán rùa tựa như họ đang mua con tôm con cá vậy. Họ không tỏ ra ghê sợ như người vùng khác. Từ ngã ba thị trấn tới chân cầu Phụng Hiệp, nhộn nhịp mua bán mặt hàng này.

Bạn có thể ghé vào quán bên đường với tư thế thoải mái thưởng thức nhâm nhi các món rắn, rùa, chim đất... đặc sản miền quê Phụng Hiệp để kỷ niệm một chuyến đi kỳ thú.

Nói chung những món ăn chế biến từ những loại thịt như thịt rùa, thịt rắn, thường không phải là nguồn thịt chính của đa số người Việt Nam, nhưng khi nó được coi

là đặc sản và chỉ được sử dụng trong một dịp tiệc với rượu uống kèm, thì ai cũng muốn thử qua cho biết!

Nên nhớ là trong văn hóa ẩm thực, người Việt không dùng đặc sản loại nầy trong cổ cúng lễ mà chỉ để nhậu.

*

Ngã Bảy là nơi gặp nhau của bảy dòng kinh đào, nhưng người địa phương quen gọi là sông.

Khoảng năm 1903 đến 1914, người Pháp bắt đầu cho đào các kinh xáng Cái Côn - Cà Mau; kinh xáng Lái Hiếu và con kinh cặp Quốc lộ 1 đi Sóc Trăng - Cần Thơ; khai thông kinh Xẻo Môn, Mang Cá.

Nơi bảy con kinh tụ về một mối như cái rún, như ngôi sao giữa các đầu doi. Địa danh Ngã Bảy - chợ Ngã Bảy thuộc làng Phụng Hiệp của Cần Thơ từ đó ra đời.

5. Bắc Chợ Gạo Xưa và Nay

Người Gò Công xưa nay vẫn gần gũi Sài Gòn hơn Mỹ Tho, mặc dầu Mỹ Tho gần Gò Công hơn Sài Gòn. Do vậy từ lâu người Gò Công biết nhiều đến địa danh Bắc Cầu Nổi hơn Bắc Chợ Gạo! Gò Công về hành chánh qua nhiều thời kỳ trực thuộc tỉnh Mỹ Tho Tiền Giang cho tới nay.

> *Sài Gòn xa, chợ Mỹ cũng xa*
> *Gởi thơ thăm hết nội nhà,*
> *Trước là thăm ba má, sau là thăm em.*
> (Ca dao Mỹ Tho)

Kinh xáng cạp Chợ Gạo

Dài hơn 28 km, kinh Chợ Gạo nối liền sông Tiền và sông Vàm Cỏ Tây, là tuyến giao thông đường thủy quan trọng giữa đồng bằng sông Cửu Long với Sài Gòn.

Kinh Chợ Gạo ngày xưa

Con kinh nầy do xáng cạp nhưng người dân quen gọi là Sông Chợ Gạo. Hồi đó kinh Chợ Gạo xuống ghe qua lại nhiều nhưng đa số đều dùng sào để chống, mỗi chuyến hàng phải mất trên 10 ngày mới tới Sài Gòn.

Sở dĩ có tên gọi Chợ Gạo, vì tại đây có một ngôi chợ trao đổi buôn bán gạo do ông Trần Văn Nguyệt làm chủ. Nay Chợ Gạo là một huyện thuộc tỉnh Tiền Giang. Huyện có diện tích 235 km^2 và dân số hơn 178,000 người. Thị trấn Chợ Gạo cách thành phố Mỹ Tho 10 km và cách Gò Công 35 km.

Theo sử liệu, năm Gia Long thứ 8 đã cho dân đào kinh Bảo Định để nối liền Mỹ Tho với sông Tiền. Khi đào xong, con kinh được đặt tên là Bảo Định Hà. Sau nầy được chính quyền Pháp nạo vét và mở rộng nối dài thêm bằng xáng cạp và đặt tên kinh nầy là Canal Duperré. Kinh Canal Duperré - Bảo Định nối liền sông Tiền tại rạch Kỳ Hôn,[2] cách Mỹ Tho 4 km với sông Vàm Cỏ Tây tại rạch Lá và chảy ngang qua địa phận huyện Chợ Gạo Tiền Giang và huyện Châu Thành (Long An), có bề dài tổng cộng 28.5 km.

Ngay từ lúc kinh Chợ Gạo mới đào, đời sống của cư dân đã bắt đầu sung túc, náo nhiệt nhất là từ năm 1902, thương thuyền qua lại tấp nập. Công ty giang vận (Messageries Fluviales) cũng sắm tàu đưa khách chạy trên tuyến kinh nầy. Để tránh tai nạn và tránh sự chen lấn, giành giật, nhà cầm quyền đã đặt một đồn kiểm tra và một chiếc đò đưa khách qua sông, gọi là "Bắc Chợ Gạo".

Tên Bắc Chợ Gạo tồn tại trong ký ức người dân cho tới nay dù không còn chiếc Bắc nữa.

Năm 1912, Pháp thành lập quận Chợ Gạo, cho đến năm 1939 thì Chợ Gạo trở thành một trong 5 quận trọng yếu của tính Mỹ Tho. Sau ngày hòa bình 30-4-1975, huyện Chợ Gạo thuộc tỉnh Tiền Giang.

Người Gò Công dùng từ "hôn/hông" khá phổ biến như: kỳ thấy ghê hôn, thích hôn (hông).

---

2 Kỳ Hôn bắt nguồn từ sông Tiền tại nơi giáp ranh giữa thành phố Mỹ Tho và huyện Chợ Gạo. Giai thoại bắt đầu từ khi Nguyễn Ánh trốn chạy quân Tây Sơn, khi qua rạch này, người ta thấy một đàn rái cá chạy qua sông, mất dấu vết người và ngựa của chúa Nguyễn, nên quân Tây Sơn không thể tìm được, sự việc KỲ CỤC, nên gọi là rạch KỲ HÔN (Kỳ hông), Sau đó chúa Nguyễn phong cho rái cá là Lăng Lại Đại Tướng Quân nhằm nhớ công ơn của đàn rái cá.

> *Bước xuống bắc Mỹ Tho thấy sóng xô nước nẩy,*
> *Bước lên bờ Rạch Miễu thấy nước chảy cây xanh.*
> *biết chắc đây là đất châu thành,*
> *tìm hoài không thấy trong đám bộ hành có em...*
> (Ca dao Mỹ Tho)

Ngoài giá trị lưu thông, kinh Chợ Gạo còn đem lại lượng phù sa phong phú cho ruộng đồng, xổ phèn, giúp cho hàng ngàn dân thoát nghèo. Hai bên bờ kinh dần dần mọc lên nhiều ngôi chợ, nhiều nhà máy sản xuất nước mắm, lại còn nuôi sống hàng ngàn thương lái, tiểu thương, trong đó ngày càng xuất hiện nhiều thương nhân thành đạt, góp phần tích cực vào việc phát triển kinh tế nước nhà.

Nhiều nhà lưu dân ở cạnh bên bờ kinh bồi sống nhờ, sống theo những chiếc ghe chài chở hàng để bán hàng xén mà gia đình mới khá lên và nuôi được con cái ăn học thành tài. Kinh Chợ Gạo còn mở ra một hệ thống kinh đào cùng với mạng lưới khai thủy giúp cho nội đồng canh tác được quanh năm.

Nay kinh Chợ Gạo đóng một vai trò cực kỳ quan trọng, mỗi năm chuyển tải hàng chục triệu tấn gạo, nông sản thực phẩm, cát đá... từ miền Tây lên Sài Gòn và các tỉnh Nam-Trung bộ, đồng thời cũng chuyển ngược về miền Tây nhiều mặt hàng chính yếu như phân bón, thức ăn gia súc, vật liệu xây dựng.

Và kinh Chợ Gạo trở nên quá tải, bị ách tắc nhất là ở đoạn cầu Chợ Gạo quá hẹp, sạt lở, có nơi lở sâu vô 15 mét. Chánh quyền Tiền Giang chưa tìm ra giải pháp hữu hiệu khả thi!

Bắc Chợ Gạo

Bắc Chợ Gạo theo tài liệu ra đời năm 1902 nhằm lúc đầu chỉ và một chiếc đò ngang đưa khách qua sông, gọi là "Bắc Chợ Gạo".

Rồi không biết từ lúc nào Bắc Chợ Gạo được cải tiến, điều khiển qua lại nhờ bằng dây cáp nối hai bờ.

Tất cả xe cộ và người muốn đi từ Mỹ Tho về Chợ Gạo, Gò Công… và ngược lại đều bắt buộc phải lên con Bắc này.

Xe đò qua Bắc Chợ Gạo năm 1969.

Con Bắc được giữ cho không bị trôi bằng hai sợi dây cáp to căng nối hai bờ. Bắc di chuyển qua lại bằng sức kéo tay của các công nhân chuyên nghiệp thay vì đẩy bằng máy.

Những người công nhân dùng một khúc gỗ một đầu được khoét sâu làm cái móc cho vào dây cáp mà kéo. Cái dụng cụ đặc chế nầy gọi là "cái Guốc".

Công nhân phà đứng thành hàng trên sàn Bắc, móc guốc gỗ vào sợi dây cáp không vội vàng mặc cho bao người ai cũng nóng lòng muốn sang sông.

Chỉ có xe đò chạy suốt Mỹ Tho - Gò Công - Mỹ Tho mới được xuống Bắc sang sông, còn các loại xe chở khách khác như xe "Lam" thì phải đậu lại bên này sông.

Phải nói nhờ thời gian theo học Trung học Nguyễn Đình Chiểu mà tôi có dịp biết đến chiếc Bắc Chợ Gạo cũng như cái thị trấn bên đường nầy!

Vào khoảng năm 1970 Công Binh VNCH cùng Công binh Đại Hàn, hoàn tất công trình Cầu Chợ Gạo thay thế Bắc Chợ Gạo.

Bấy giờ xe qua cầu Chợ Gạo phải đóng lệ phí cho tỉnh Định Tường (Mỹ Tho) và tỉnh Gò Công, hai bên đầu cầu thuộc hai tỉnh khác nhau.

Chợ Gạo thị trấn giữa đường

Chợ Gạo cách Mỹ Tho 10 km về phía Đông, đầu là trọng điểm thông thương với các vùng đồng bằng Quốc lộ 50 và kinh Chợ Gạo, nhưng dưới con mắt nhiều người

-- kể cả người địa phương -- Chợ Gạo chỉ là thị trấn giữa đường!

Lúc tôi học Nguyễn Đình Chiểu Mỹ Tho bấy giờ Chợ Gạo mới có trường Trung học, được thành lập từ năm 1961. Trường lúc đó được xây dựng 2 phòng học đầu tiên trên mảnh ruộng do ông chủ điền nào đó tốt bụng hiến tặng. Trường chi có 1 lớp đệ thất với khoảng trên 40 học sinh. Đến năm 1965, trường có 6 phòng học do phụ huynh đóng góp tiếp tục xây dựng thêm. Năm 1972, nhà trường bắt đầu có học sinh thi tú tài I. Năm 1973 có học sinh thi tú tài II.

Cái Cầu Chợ Gạo Mới được khởi công từ tháng 6/2011 nhưng đến nay vẫn chưa hoàn thành do thiếu vốn. Mặc cho trung ương yêu cầu Bộ Giao thông vận tải đôn đốc chủ đầu tư sớm hoàn thành dự án đầu tư xây dựng cầu Chợ Gạo, bảo đảm yêu cầu mở rộng khoang thông thuyền trên tuyến kênh Chợ Gạo.

Tổng vốn đầu tư dự án là 200 tỷ đồng, cầu Chợ Gạo mới bắc qua kinh Chợ Gạo có chiều dài 595m, rộng 12m nhưng do thiếu vốn nên đã ngưng thi công từ nhiều tháng qua. Cầu Chợ Gạo mới bị ngưng thi công kéo theo tuyến đường tránh quốc lộ 50 qua thị trấn Chợ Gạo cũng bị dừng.

Trong lúc các đoạn kè, bờ xung yếu tiếp tục sạt, lở và hoạt động giao thông vận tải trên tuyến kênh Chợ Gạo phải tiếp tục.

Bước xuống bắc Mỹ Tho thấy sóng xô nước nẩy,
Bước lên bờ Rạch Miễu thấy nước chảy cây xanh.
Anh biết chắc đây là đất châu thành,
Sao tìm hoài không thấy trong đám bộ hành có em.
(Ca dao Mỹ Tho)

Chuyến đò ngang qua kinh Chợ Gạo nay chỉ là kỷ niệm thân yêu đối với ai sinh ra và lớn lên ở đây. Và chính nhờ con kinh này đã mang hương nhớ quê hương, làm cho chúng ta chờ đợi một ngày về...

Kinh Chợ Gạo với nét đẹp từ ngàn xưa cho tới nay vẫn chỉ là những ký ức về quá khứ cho bất cứ ai từng chờ đợi qua lại con Bắc nầy mỗi ngày.

6. Địa danh An Giang xuất hiện năm 1779

Trai nào bằng trai hai huyện
Tháng ngày dệt lụa trồng dâu
Gái nào tháo bằng gái Tân Châu
Thờ cha nuôi mẹ quản đâu nhọc nhằn
(Ca dao An Giang)

Theo sách Đại Nam nhất thống chí, An Giang xưa thuộc đất Tầm Phong Long của Chân Lạp (Cao Miên). Năm 1757, quốc vương Chân Lạp dâng đất nầy cho chúa Nguyễn và Chúa đặt làm đạo Châu Đốc.

Địa danh An Giang xuất hiện lần đầu tiên vào tháng 11 năm 1779. Lúc ấy chúa Nguyễn Phúc Ánh ra lịnh kiểm tra các trấn là Trấn Biên (Biên Hòa), Phan Trấn (Gia Định, Định Tường) và trấn Long Hồ (Vĩnh Long, An Giang).

Lăng Thoại Ngọc Hầu - Châu Đốc.

Sau khi diệt nhà Tây Sơn, năm 1805 vua Gia Long ban dụ tổ chức Nam Kỳ thành 5 trấn là: Trấn Biên (Biên Hòa), Phan Trấn (Gia Định), Định Trấn (Định Tường) và Vĩnh Trấn (Vĩnh Long, An Giang).

Năm 1832, vua Minh Mạng đổi Ngũ trấn thành Lục tỉnh (Biên Hòa, Gia Định, Định Tường, Vĩnh Long, An Giang.

Năm 1833, tỉnh An Giang (cùng 6 tỉnh) bị quân nổi loạn Lê Văn Khôi chiếm đóng, nhà Nguyễn phải điều binh đánh dẹp, cuối cùng án sát An Giang là Bùi Văn Lý lấy lại được tỉnh thành là Châu Đốc. Quân đội nước Xiêm La, theo cầu viện của Khôi, tiến vào An Giang theo đường sông Cửu Long, bị quân nhà Nguyễn do

Trương Minh Giảng, Nguyễn Xuân đánh bại trên sông Vàm Nao.

Người Chăm ở An Giang

Ngày nay An Giang là một trong 12 tỉnh có dân số đông nhất đồng bằng sông Cửu Long, 2,151,000 người, tỉnh có đường biên giới giáp Cao Miên dài 95 km, là điểm địa đầu chiến lược quan trọng Tây Nam xưa nay. Tỉnh An Giang gồm thành phố Long Xuyên, 2 thị xã Châu Đốc, Tân Châu.

An Giang là tỉnh có cộng đồng người Chăm hình thành nét văn hóa đẹp đặc thù của vùng nầy.

Người Chăm ở Việt Nam còn gọi là Chiêm, Chiêm Thành, Chăm Pa, Hời... Dân tộc Chăm vốn sinh tụ ở duyên hải miền Trung Việt Nam từ rất lâu đời, đã từng kiến tạo nên một nền văn hóa rực rỡ với ảnh hưởng sâu sắc của văn hóa Ấn Độ. Ngay từ những thế kỷ thứ XVII, người Chăm đã từng xây dựng nên vương quốc Chăm Pa.

Hiện tại người Chăm VN gồm có hai bộ phận chính: Bộ phận cư trú ở Ninh Thuận và Bình Thuận chủ yếu theo đạo Bà la môn; Bộ phận còn lại cư trú ở một số địa phương thuộc các tỉnh Châu Đốc, Tây Ninh, An Giang, Đồng Nai và Sài Gòn theo đạo Islam.

Người Chăm ở An Giang gọi là Chăm Châu Giang có nguồn gốc do Nguyễn Cư Trinh đưa từ Chân Lạp về định cư cùng với cùng lúc với người Chăm ở núi Bà Đen, Tây Ninh vào năm 1775.

Ở An Giang có tất cả 7 làng Chăm ở Châu Đốc là Châu Giang, Đa Phước, Châu Phong, Lama, Vĩnh Tường, Bún Lớn, Bún Bình Thiên, Đồng Cô Ky.

Văn hóa Chăm độc đáo

Người địa phương gọi người Chăm ở An Giang là "Chà Châu Giang" để phân biệt với tộc người Chăm ở Thuận Hải, miền Nam Trung Việt.

Gọi như vậy là vì người Chăm ở đây sống ở làng Châu Giang nằm bên kia bờ Hậu giang đối diện với Châu Phú, tỉnh ly Châu Đốc.

Người dân Lục Tỉnh rất quen thuộc những hình ảnh những người Chăm Châu Giang vác trên vai gói hàng vải tơ lụa đi bán dạo khắp cùng các nẻo đường vùng châu thổ sông Cửu Long, kèo nài bán chịu cho người Việt.

Người Chăm có nghề dệt thổ cẩm nổi tiếng với tên gọi "Thổ cẩm Phum Xoài".

Phần lớn người dân Chăm ở đây sinh sống chủ yếu bằng nghề thổ cẩm với nhiều loại sản phẩm cẩm đa dạng: Xà rông, khăn choàng, nón, áo khoác và các mặt hàng ví, túi xách, dép... mang đậm nét đặc trưng của người Chăm miền Tây.

Bất cứ người phụ nữ Chăm nào cũng phải biết dệt thổ cẩm. Khoảng 10-12 tuổi, những thiếu nữ người Chăm đã được tập những thao tác đơn giản nhất của nghề dệt.

Thổ cẩm Châu Giang là thứ tơ vải đặc sản do người Chăm ở Tân Châu (An Giang) dệt nên. Người Chăm ở đây dùng loại thổ cẩm này để may các trang phục truyền thống của mình.

Để có những sản phẩm thủ công truyền thống đặc sắc này họ dùng tơ chín, nhuộm theo một công thức bí truyền.

Hoa văn theo phong cách của người Malaysia, các cô gái Chăm đã làm ra các sản phẩm đẹp và sang trọng như Xà rông hoa, tơ thổ cẩm, áo thổ cẩm, bóp, khăn thêu, hộp đựng nữ trang.

Người Chăm ở đây thường đội mũ nổi hình nón cụt chóp, đỉnh bằng, may bằng nhung đen, trắng hoặc sẫm màu. Người lớn tuổi hay mặc áo ngắn, cài nút giữa hoặc một kiểu áo như áo bành tô. Phụ nữ Chăm thì mặc váy. Người Chăm ở đây thường dựng nhà sàn ven sông. Cầu thang lên sàn nhà có 7 bậc. Nếu nhà cao, nhiều bậc thang hơn thì bậc thứ 8 phải bỏ quẹo qua trái hoặc qua phải, chứ không được tiếp nối thẳng hàng. Dân tộc Chăm theo đạo Hồi nên đặc biệt kiêng ăn thịt heo.

Người Chăm Châu Đốc có tập tục ăn bóc, đây là một điều rất xa lạ đối với người Việt. Trước khi ăn phải rửa tay, chỉ sử dụng ba ngón giữa và ngón cái của bàn tay phải để đưa cơm vào miệng, trong khi bàn tay trái chỉ để cầm những gì dơ bẩn.

Lụa Mỹ A Tân Châu một thời vang bóng

Từ xưa, Tân Châu An Giang đã nổi tiếng với nghề ươm tơ dệt lụa. Đây cũng chính là nơi sáng tạo nên loại lụa Mỹ A nổi tiếng một thời. Theo những người lớn tuổi kể lại thì ngày xưa, chị em phụ nữ mà có được một bộ quần áo may bằng lãnh Mỹ A thì thật là sang trọng. Bộ quần áo ấy chỉ dành để mặc vào những ngày lễ, tết. So với lãnh Mỹ A, vải "xá xị Xiêm" -- một loại lụa Thái Lan nổi tiếng thời đó -- cũng không sánh bằng.

Sáng trăng trải chiếu hai hàng
Bên anh đọc sách, bên nàng quay tơ
Quay tơ phải giữ mối tơ
Dẫu năm bảy mối cũng chờ mối anh...

Khung cảnh thanh bình trong bài thơ trên là hình ảnh thời kỳ đầu của nghề ươm tơ, dệt lụa ở Tân Châu.

Thời đó, người ta dệt lụa theo khung dệt cổ xưa khổ chỉ rộng khoảng 4 tấc Tây, nên khi may quần áo phải

Thời kỳ đầu của nghề dệt lụa ở Tân Châu.

nối vải nên không đẹp. Dần dần, làng nghề tạo ra khung dệt khổ 8 tấc (gọi là vải Tám là vậy), với nhiều hoa văn tinh xảo như: cẩm tự, hoa dâu, hoa cúc, mặt võng, mặt đệm v.v…

Độc đáo nhất có lẽ là kỹ thuật nhuộm lụa từ trái mặc nưa, một kỹ thuật làm cho lụa Tân Châu đen tuyền, óng ả, quần áo mặc đến rách mà vải vẫn không bị xuống màu.

Nhưng không ai biết chính xác người nào đã tìm ra cách nhuộm này. Chỉ biết rằng hồi đó, mỗi năm, người làng nghề phải qua Campuchia mua hàng trăm tấn trái mặc nưa mới đủ dùng. Sau này, người Việt tự trồng lấy cho đến ngày nay.

Trồng dâu nuôi tằm ở Tân Châu

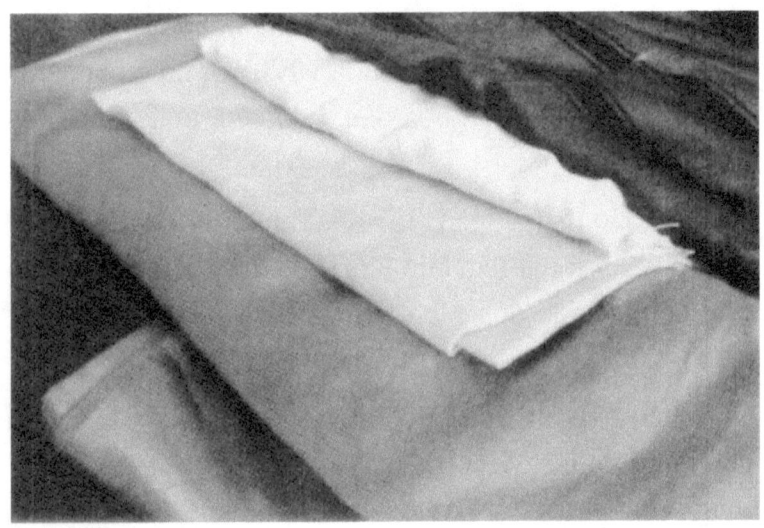

Lụa Tân Châu.

Khi đánh chiếm Nam Kỳ, người Pháp chọn Quận Tân Châu làm trọng điểm để thực hiện kế hoạch phát triển nghề tằm tơ trên cả Nam Kỳ để cung cấp tơ tằm cho chính quốc.

Viện Tằm Tơ thành lập ở Tân Châu vào tháng 7-1908. Tân Châu là trung tâm sản xuất và buôn bán tằm tơ nổi tiếng ở Nam Kỳ và Campuchia lúc bấy giờ.

Ông Bùi Quang Chiêu (1873-1945) là kỹ sư canh nông đầu tiên của Nam Kỳ (1897) là con của ông Bùi Quang Đại và bà Phan Thị Tuân người Mỏ Cày, tỉnh Bến Tre. Thuở nhỏ, Ông Chiêu theo học trường làng ở Mỏ Cày, rồi lên Sài gòn, tiếp tục theo học trường Chasseloup Laubat, được chính phủ Pháp cấp học bổng để du học bên Algérie cho đến khi đậu Tú tài toàn phần. Ông Chiêu xin học trường Thuộc địa tại Paris trong

2 năm 1894-1895, trước khi được nhận vào học viện Nông Nghiệp.

Với bằng kỹ sư Canh Nông, sau khi hồi hương, ông Chiêu được bổ nhiệm làm Phó Giám Đốc Nha Canh Nông ở Hà Nội. Năm sau (1907), ông được chuyển về Nam làm Thanh tra nông nghiệp. Với chức vụ này, ông Chiêu được Toàn quyền Pháp giao quyền quản lý cơ sở tằm tơ, dệt lụa ở Tân Châu.

Năm 1913, ông Chiêu trở ra Bắc nghiên cứu vấn đề tơ lụa cho chính phủ. Về Nam lần thứ hai, ông Chiêu được chính thức bổ nhiệm làm Giám đốc cơ sở sản xuất tơ tằm Tân Châu.

*

Như vậy, từ hơn trăm năm trước, nghề trồng dâu nuôi tằm, ươm tơ dệt lụa đã được đầu tư, định hướng phát triển nên thương hiệu lụa tơ tằm Tân Châu lừng lẫy khắp nơi.

Lụa Tân Châu bấy giờ rất được giá và được ưa chuộng trên các thị trường Campuchia, Sài Gòn, miền Trung và cả ở Pháp...

Năm 1936 vườn dâu đã phủ hơn 10,000 ha dọc theo những làng ven sông Tiền. Và Tân Châu đã trở thành trung tâm sản xuất và buôn bán tằm tơ nổi tiếng ở Nam Kỳ và Campuchia lúc bấy giờ.

Tháng 3 năm 2013

7. Bàn Thông Thiên ở Lục Tỉnh

Ở vùng quê Lục Tỉnh, hầu như nhà nào cũng có đặt một bàn thờ Thông Thiên trước nhà. Bàn Thông Thiên, Bàn Ông Thiên, Bàn Phật Thiên hay Bàn Thiên -- gọi thế nào cũng đúng. Dù với bất cứ danh gọi nào, thì mục đích và ý tưởng của cư dân vùng đất này đã tạo cho mình một đời sống tâm linh rất phong phú, thanh cao, an lạc!

Trên Bàn thiên có một lọ cắm hương bằng sành, đặt ở phía sau cùng, bên cạnh phía tay phải của người nhìn vào là một bình cắm hoa, trước lọ cắm hương đặt một cái dĩa đựng 4 chén chung nước. Dĩ nhiên nhà giàu người ta dùng toàn đồ sứ, nhà nghèo có khi người ta dùng lon sữa bò để cắm hương, dùng cái chai xá xị hay hũ tương để cắm hoa.

Hằng ngày, vào lúc chập tối, chủ nhà đốt một nén nhang, chắp tay đứng trước bàn thờ khấn vái, cầu Trời

Bàn Thiên ngày nay đổ cột bê tông, dán gạch men.

ban phước lành, sức khỏe, bình an... hy vọng qua làn khói nhang tỏa lên trời mang theo những lời câu khấn của gia chủ, để nguyện vọng được "thông" đến Trời.

"Bàn thiên" có từ thời khai hoang

Người khai hoang có câu nói *"Tiền hiền khai khẩn. Hậu hiền khai cơ"*, như nhắc lại cái ngày bỏ vùng Thuận Quảng xa xôi đến xứ sở lạ lùng đàng Trong sông nước mênh mông.

Thuở đó con người cảm thấy mình cô đơn nhỏ bé trước cảnh thiên nhiên hùng vĩ, chỉ còn biết đặt niềm tin vào đấng thiêng liêng tối cao đó là "Ông trời".

Ngẫm hay muôn sự tại Trời
Trời kia đã bắt làm người có thân
Bắt phong trần phải phong trần
Cho thanh cao mới được phần thanh cao.
(Nguyễn Du - Truyện Kiều)

Con người ta lúc đó lấy thân mình làm chủ thể để suy ra nguyên tắc: Đông vi tả, Tây vi hữu, Nam vi tiền, Bắc vi hậu. Nghĩa là:

- Hướng Đông bên trái,
- Tây bên phải;
- Nam phía trước,
- Bắc phía sau...

mà định hướng cho việc làm ngôi nhà. Theo nguyên tắc này, những ngôi nhà đầu tiên dựng lên trên vùng đất mới, luôn quay mặt về hướng Nam.

Để mỗi khi bái lễ người ta phải quay mặt vô bàn thờ tức là quay mặt về phía Bắc mà hoài niệm tri ân tổ tiên, thể hiện đạo lý "Uống nước nhớ nguồn". Nhớ về tổ tiên Ngũ Quảng.

Đến khi đặt "bàn Thiên" cũng tuân thủ theo nguyên tắc đó: Từ ngạch cửa nhà trước đo ra 1 trượng (khoảng 4m) cắm cột "bàn thiên" giữa sân nhà nơi trống trải để ngó thẳng lên trời, hướng về phương Nam.

Vật cúng cũng đạm bạc đơn sơ như cơ ngơi của nó: gạo và muối, ông cha ta rất quý trọng. Đến đêm ba mươi Tết. Trừ Tịch giao thừa mừng năm mới bàn thiên cũng là nơi thiết lễ "Tống cựu nghinh tân" các ông Hành binh, Hành khiển, vật cũng có khá hơn nhưng không ngoài sản phẩm nông nghiệp.

Lời khấn vái trước "bàn thiên" cũng giản dị, cầu nguyện gia đình bình yên khỏe mạnh, tai qua nạn khỏi, làm ruộng trúng mùa mà đối tượng cầu nguyện là "trời đất". Và những người khuất mặt khuất mày, người phàm "không thấy được".

Sau khi cầu nguyện bàn thờ trong nhà xong, thì ra ngoài Trời chỗ Bàn Thông Thiên, nguyện vài bài này:

Nam mô Đại Đức Phật Thiên Hoàng.
Nam mô Đại Đức Phật Địa Mẫu Hoàng.
Nam mô Các Đại Đức thiêng liêng.

Đêm 5 canh có 5 ông tuần vãng, ngày 6 khắc có các ông du Thánh xét soi, đồng cảm ứng chứng minh cho đệ tử...

Cầu nguyện dân an quốc thới, xứ xứ đều hòa phục, đẳng nguyện giao do phước thọ trường và bá tánh bá gia cùng nội bửu quyến. Con cháu lớn nhỏ xa gần tai qua nạn khỏi, tật bệnh tiêu trừ, viễn cận đàn na tăng duyên phước thọ.

Lạy 4 hướng mỗi hướng 3 lạy, lạy đứng hay lạy quỳ tùy theo lúc mạnh yếu, nếu không lạy được thì xá 4 hướng mỗi hướng 3 xá.

Ngưỡng mong Tam Bảo chứng minh tiếp độ và gia hộ cho toàn thể chúng con.

Nam mô Nho Thích Đạo Tam Giáo Giác Thể Đại Thiên Tông.

Ý nghĩa việc thờ Thông Thiên Lạy

Trời mưa thuận gió đều
Cho đồng lúa tốt, cho chiều lòng em.
(Ca dao)

Tự Điển Từ ngữ Nam Bộ của Huỳnh Công Tín, cắt nghĩa "Bàn Ông Thiên" là bàn thờ trước sân nhà để đặt nhang, đồ cúng, làm bằng một tấm gỗ vuông nhỏ được đặt trên một trụ cao ngang tầm với người lớn; "**Bàn Thiên:** Bàn thờ Trời, Phật ở trước sân nhà ở nông thôn".

Thờ Thông Thiên là thờ Trời, tín ngưỡng thờ Trời phổ biến ở miền Nam vùng Đồng bằng sông Cửu Long. Theo tín ngưỡng dân gian, Trời được xếp trước Phật trong các đối tượng được thờ, theo thứ tự "Trời - Phật - Thánh - Thần", nên việc thờ Trời là việc đầu tiên của mỗi người, mỗi nhà.

Bàn thờ thường được làm bằng gỗ đơn sơ, gồm một cây cột cao khoảng 1.5 m, phía trên đặt một tấm ván hình vuông, mỗi cạnh dài khoảng 0.4 m, khá giả thì đổ cột bê tông và dán gạch men. Trên bàn thờ lúc nào cũng có một bình hương và 4 ly nước mưa và bình bông nhỏ.

Vào những ngày quan trọng như mồng một, ngày rằm thì có thêm hai chén đựng gạo muối và mấy dĩa hoa quả. Hằng ngày, vào lúc chập tối, chủ nhà đốt một nén nhang, chắp tay đứng trước bàn thờ khấn vái, cầu Trời ban phước lành, sức khỏe, bình an... hy vọng qua làn khói nhang tỏa lên Trời mang theo những lời cầu khẩn của gia chủ, để nguyện vọng được "thông" đến Trời (thông thiên), để Trời phù hộ cho người thân và gia đình mình.

Bàn thờ Thông Thiên là nơi nối kết tâm linh giữa con người với Trời, với tổ tiên, nơi giữ mối liên hệ giữa Trời và Đất, giữa người sống và người đã khuất. Điều này thể hiện bằng việc thắp nhang thường xuyên mỗi ngày, vào lúc chập tối -- là thời điểm giao nhau giữa ngày và đêm, nén nhang được cắm trên lư hương -- nơi ở giữa Trời và Đất.

Hình thức thờ Trời cũng được thực hiện trong tôn giáo xuất hiện ở miền Nam. Như đạo Cao Đài thờ Thiên Nhãn, có nghĩa là "mắt của Trời", với biểu tượng hình một con mắt, tượng trưng cho Thượng Đế toàn năng, thấu rõ tất cả những hành vi của con người. Đạo Hòa Hảo ngoài việc thờ Cửu Huyền Thất Tổ và các anh hùng liệt sĩ có công với đất nước, mỗi gia đình tín đồ còn có một bàn thờ Thông Thiên trước sân nhà để tưởng nhớ Trời Đất.

Đối với người nông dân, ông Trời được xem là đối tượng có tài năng, có phép mầu và có lòng từ bi để cứu giúp con người, nên mỗi khi gặp tai nạn thì "cầu Trời, khấn Phật" để cho "tai qua, nạn khỏi". Trời có khi lại hữu hình, và cũng đồng dạng với con người nên được gọi là "Ông", ông Trời có mắt:

Trời ơi ngó xuống mà coi.
Vợ tôi nó đánh bằng roi cặc bò.
Ai ơi chớ có ăn lời.
Bụt kia có mất, ông Trời có tai.
(Ca dao)

Người Đồng bằng sông Cửu Long vốn chất phác và phóng khoáng trong cuộc sống và sinh hoạt tín ngưỡng.

Quan sát bàn thờ Thông Thiên có thể nhận thấy sự mộc mạc, giản dị và chân thành của người dân đất phương Nam. Tuy nhiên, ẩn sâu trong đó là triết âm-dương đã tồn tại qua hàng ngàn năm với biểu tượng vuông-tròn vốn hiện hữu lâu đời trong tâm thức của người Lạc Việt.

Bàn thờ hình vuông tượng trưng cho Đất (thuộc âm), lư hương hình tròn tượng trưng cho Trời (thuộc dương). Khát khao vươn đến sự hoàn hảo của người phương Nam được thể hiện thường trực hằng ngày qua hình ảnh bàn thờ Thông Thiên: có vuông, có tròn, có âm, có dương.

Trong văn chương truyền khẩu của người Việt còn lưu lại tín ngưỡng thờ Trời:

Lạy Trời mưa xuống
Lấy nước tôi uống,
Lấy ruộng tôi cày,
Lấy đầy bát cơm,
Lấy rơm đun bếp...

Đến những năm cuối thập niên 1950 và đầu thập niên 1960 miệt Tiền Giang và Hậu Giang người ta nghĩ ra cách đúc bàn thờ Ông Thiên bằng xi măng cốt sắt và để bán tại chỗ hoặc có ghe chở bán khắp các làng quê trong vùng. Do vậy sau này, ít thấy bàn thờ ông Thiên làm bằng cây vông, cây gòn, gốc tre...

Tại bang California Hoa Kỳ gần đây thấy xuất hiện một ít Bàn Thiên trong khu người Việt sanh sống, dầu hình thức, vị trí bàn thờ không như còn ở quê nhà!

*

Bàn thờ thiên, tín ngưỡng thờ Trời, đã góp vào sự đa dạng và phong phú của đời sống tinh thần, vào văn hóa phi vật thể của người Việt Đồng bằng sông Cửu Long. Có sự tương đồng, thống nhất với người Việt ở các vùng miền đất nước, vừa có nét riêng của vùng miền Tây Nam.

Bàn thờ thiên, và tín ngưỡng thờ Trời, cho thấy thêm nét riêng văn hóa người Việt ở Đồng bằng sông Cửu Long chính là sự tồn tại trong một không gian xã hội khác với miền Đông và khu vực khác. Đó cũng còn là kết quả của sự giao lưu văn hóa giữa người Việt và các tộc Chăm, Tàu, Miên cộng cư trên vùng đất Đồng bằng sông Cửu Long.

Tháng 3 năm 2013

8. Gò Công "Năm Thìn bão lụt"

"Năm Thìn bão lụt" là cụm từ cửa miệng của dân lớn tuổi ở Gò Công mỗi khi nhắc đến trận bão lụt kinh hoàng năm Giáp Thìn tức năm 1904. Hằng năm, ở Gò Công vẫn giữ lệ Giỗ hội (giỗ tập thể), ngày 16 tháng 3 âm lịch để tưởng nhớ ông bà tử nạn hồi năm xưa.

Một ngọn gió đưa lạc vợ, xa chồng
Đêm nằm nghĩ lại, nước mắt hồng nhỏ tuôn!
Gặp anh đây mới biết anh còn
Hồi năm Thìn bão lụt, em khóc mòn con ngươi!
(Ca dao)

Gò công năm xưa

Trước năm 1876 Gò Công vốn thuộc tỉnh Định Tường thời "Nam Kỳ lục tỉnh", rồi trở thành một Hạt Tham Biện (arrondissement) thuộc khu vực (circonscription) Mỹ Tho, do Pháp đặt ra.

Hạt tham biện Gò Công có ly sở được dân gian quen gọi là Tòa Bố Gò Công gồm 4 tổng: Hòa Đồng Thượng (có 8 làng), Hòa Đồng Hạ (có 10 làng), Hòa Lạc Thượng (có 10 làng), Hòa Lạc Hạ (có 12 làng).

Theo Nghị định ngày 20 tháng 12 năm 1899 của Toàn quyền Đông Dương đổi tất cả các hạt tham biện thành tỉnh thì từ ngày 1 tháng 1 năm 1900 hạt tham biện Gò Công trở thành tỉnh Gò Công, với số tổng và số làng không đổi. Tỉnh ly là thị xã Gò Công.

Từ ngày 9 tháng 2 năm 1913 đến ngày 9 tháng 2 năm 1924, Gò Công trở thành quận thuộc tỉnh Mỹ Tho. Sau đó lại tái lập tỉnh Gò Công với 5 tổng, thêm tổng Hòa Đồng Trung, số làng cũng thay đổi.

Gò Công là mảnh đất sớm được khai phá, cùng thời điểm 300 năm với Sài Gòn - Gia Định. Thời gian dần trôi, trải qua biết bao biến cố thăng trầm của thời cuộc, đất và người Gò Công đã đóng góp ít nhiều vào sử Việt qua mọi thời kỳ.

Gò Công rạch Lá nhớ nhung
Quê xưa Võ Tánh, Trương Công oai hùng
(Ca dao Gò Công)

Gò Công là một vùng đất nhỏ nhưng nhiều nhân vật oanh liệt, lạ lùng trong lịch sử nước nhà.

Gò Công, có khi chỉ là một quận, huyện, có khi được nâng lên là một tỉnh. Gò Công xưa nay vẫn là nơi dân không đông, đất không rộng. Nhưng Gò Công có những nhân vật nổi tiếng nhứt. Đó là Võ Tánh, Phạm Đăng

Khu đền thờ Phạm Đăng Hưng xây dựng năm 1826.

Hưng, Trương Công Định, Hồ Biểu Chánh... mà ai cũng biết.

Gò Công cũng được biết và công nhận cho là đất nhan sắc, với hai hoàng hậu thời nhà Nguyễn: Hoàng Thái Hậu Từ Dũ, Nam Phương Hoàng Hậu xuất thân từ Gò Công.

Năm Thìn bão lụt

Từ năm bão lụt Giáp Thìn,
Đến nay trôi nổi mới nhìn thấy em.
(Ca dao)

Sách Sài Gòn năm xưa của cụ Vương Hồng Sển, thấy có ghi lại và bão lụt năm Thìn như sau:

8. Gò Công "Năm Thìn bão lụt"

"Trận bão năm Giáp Thìn xảy ra vào ngày 1 tháng 5 năm 1904 Dương lịch, tức ngày 16 tháng 3 âm lịch. Gió thổi mạnh từ lúc 10 giờ sáng tới 10 giờ đêm, nước lụt người trôi, đất Gò Công bỏ hoang vô số kể."

Trước đó 3 ngày có hiện tượng nhật thực xảy ra.

Một số ít người còn sống sót nhờ níu được những vật nổi như cây chuối, thuyền chài, leo lên cây nhịn đói, chịu khát, hy vọng có ghe xuồng nào đi ngang qua vớt họ.

Số người chết vô kể, nhà nào cũng có. Sau nầy đến ngày đó người Gò Công có tổ chức cúng hội cho những người chết.

Sau nầy người ta mới biết nguyên nhân gây bão là do động đất từ đáy biển tạo sóng thần tâm điểm Gò Công, ảnh hưởng của nó là hầu như khắp Lục Tỉnh, lan sang tận Campuchia.

Các tỉnh bị thiệt hại nặng nhất là Gò Công, Mỹ Tho, Tân An, Chợ Lớn, Gia Định và dọc theo vùng duyên hải. Nhiều làng gần bờ biển đã bị một dòng hải lưu có nơi cao đến 3.5 m lôi cuốn đi mất. Đợt hải lưu tiến vào các sông ngòi và có ảnh hưởng đến tận Bến Lức. Hai tỉnh Gò Công và Mỹ Tho bị ảnh hưởng của cơn bão nặng nề nhất.

Sự kiện xảy ra ngày 16-3 âm lịch, từ 10 giờ cho đến 3 giờ chiều mưa không ngớt hạt. Mọi người không ai nghĩ là sẽ có một trận bão tố sắp xảy ra vì từ trước tới nay Nam Kỳ vốn là đất hiền hòa. Gió bỗng thổi mạnh suốt từ 4 giờ chiều cho đến về đêm và càng lúc càng mạnh. Đến 5 giờ thì màn trời u ám, gió ào ào xô gẫy cây và trốc gốc.

Theo kể lại, bấy giờ trong làng đang làm lễ cúng thần xây chầu hát hội thì cuồng phong nổi dậy ầm ầm, mây mù tứ phía, mưa tuôn xối xả, sông nước tràn vào rất mau. Một lượn sóng chụp đứng lên cao cuốn mất nhà cửa, có nhà ở gần biển chết trọn cả gia đình. Nhà cửa lần lượt bị sập, ngói bay tróc nóc, tường xiêu vách đổ ầm ầm.

Nước dâng thật nhanh, lên cao 3m, ngập lút cả ngọn cây, ở Vàm Láng ghe đưa cao tận nóc nhà, bốn phía chỉ thấy trời nước mênh mông. Không chỉ các ghe mà cả tàu sắt cũng bị quăng lên bờ. Nhiều người mắc kẹt trên các ngọn cây, hai ba ngày quần áo rách tả tơi, đói khát. Một số người sống sót nhờ đeo bám theo các đống rơm trôi lênh đênh trên mặt nước. Rắn rít bám theo các ngọn cây nóc nhà, một số người bị rắn cắn chết.

Có 6 làng ven biển Gò Công thiệt hại nặng: Gia Thuận, Kiểng Phước, Bình Ân, Tân Bình Điền, Tăng Hòa và Tân Thành. Các làng ở xa hơn ít bị hư hại hơn: Tân Phước, Tân Niên Tây, Tân Niên Đông và Dương Phước.

Qua ngày 17-3 âm lịch, nước mới rút cạn nhiều. Người ta đi khắp nơi để tìm xác người thân. Và ngày hôm sau thì mới thấy mặt đất, quang cảnh thật là hãi hùng. Mãi đến ngày 19-3 âm lịch chính quyền mới tổ chức chôn cất những người chết, hễ gặp đâu thì chôn đó.

Kết quả thống kê thiệt hại của hai tỉnh Gò Công và Mỹ Tho cho biết: Mỹ Tho bị thiệt hại 35%, Gò Công trên 60%, có 5,000 người chết trôi ở các làng ven biển vùng Cửa Khâu, làng Kiếng Phước, Tân Bình Điền, Tân Thành, Tăng Hòa... 60% nhà cửa bị sập, 80% gia súc chết.

Trong quyển *"Gò Công xưa và nay"* của Huỳnh Minh và *"Gò Công cảnh cũ người xưa"* của Việt Cúc đã viết về trận bão lụt năm Thìn này, như sau:

Từ 10 giờ cho đến 3 giờ chiều ngày 16-3 âm lịch mưa không ngớt hạt. Từ 4 giờ chiều cho đến về đêm gió càng ngày càng thổi mạnh, trốc gốc cây, tróc nóc nhà, tường xiêu vách đổ. Sóng chụp cao 3.5m, cuốn mất nhà cửa và người ra biển. Rắn rít bò khắp nơi, cắn chết nhiều người. Qua ngày 17-3 âm lịch, nước dần rút, người người đi tìm xác thân nhân. Hôm sau mới thấy mặt đất, quang cảnh thật là hãi hùng. Mãi đến ngày 19-3 âm lịch chính quyền mới tổ chức chôn cất những người chết, hễ gặp đâu thì chôn đó.

*

Trên 100 năm qua, từ đó, hàng năm cứ đến ngày 16-3 âm lịch, dân chúng ở hai tỉnh Gò Công lại tổ chức ngày "giỗ hội" cho những người xấu số đã bỏ mạng trong cơn bão năm xưa.

Tháng ba, mười sáu lai niên,
Cũng trùng một bữa, đậu tiền cúng chung

Hai tháng sau, ở đất Gò Công lại xảy ra nạn dịch tả cũng làm chết hàng ngàn người, do ảnh hưởng vệ sinh môi trường của trận lụt trước.

Tháng ba chết bão dập đùa
Tháng năm chết nhộn, không thua kém gì.

Sang năm 1905, cũng ở mảnh đất này phải hứng chịu sự tàn phá của hàng triệu con cào cào từ Châu Phi bay sang tàn phá mùa màng, gây thiệt hại trên 50% cho nhà nông.

Chưa hết, đến năm 1906, dân chúng Gò Công lại chịu nạn bạch đồng, đất nẻ trắng không làm được mùa. Như vậy, đất Gò Công phải chịu đói khổ liên tiếp trong ba năm.

9. Cù lao Ông Chưởng

Bao phen quạ nói với diều
Cù lao Ông Chưởng có nhiều cá tôm.
(Ca dao)

Cù lao ông Chưởng thuộc huyện Chợ Mới, tỉnh An Giang. Cù lao được bao bọc bởi nhánh sông Hậu, cù lao nầy có sông nhỏ dài 23 km -- một nhánh nhỏ của Cửu Long -- uốn lượn, chảy ngang qua.

Theo lịch sử, năm 1699, Chưởng Cơ Nguyễn Hữu Cảnh vào bình định đất phương Nam, đánh Chân Lạp. Dân ở đây cho rằng ông có công dẹp yên Cao Miên, khai thác đất này, nên nhớ công đức mà lập miếu thờ và gọi sông chảy qua vùng này là sông Ông Chưởng và cù lao nầy cũng có tên cù lao Ông Chưởng.

Hồi đó vùng đất này được tiếng là vùng đất có nhiều tôm cá, nhứt là vào mùa nước lũ, tôm cá từ Biển Hồ bên

Miên đổ về, tràn lên các cánh đồng ngập nước, để trứng, sinh con. Đến khi nước rút chúng men theo các kinh rạch trở về sông lớn, bị người dân chặn lại, vớt lên nhiều đến nỗi cá tôm ăn không hết, phải làm nước mắm, thậm chí phải đổ thành từng đống để làm phân bón. Thế mới có ca dao truyền tới nay:

> *Bao phen quạ nói với diều*
> *Cù lao Ông Chưởng có nhiều cá tôm.*

Gia Định Thành thông chí của Trịnh Hoài Đức viết về Ông Chưởng:

> Tục gọi là vàm Ông Chưởng; cửa sông nầy rộng 8 tầm, sâu 8 thước ta. Trước cửa sông có cù lao nhỏ và nhân tên sông mà gọi tên cù lao ấy (cù lao Ông Chưởng), ở cách phía tây đảo Đông Khẩu 90 dặm rưỡi. Sông chảy vào nam 60 dặm rưỡi đến hạ khẩu rồi hợp lưu với Hậu Giang. Bờ phía tây có sở thủ ngự Hùng Sai, bờ phía tây thượng khẩu có miếu thờ Khâm sai Chưởng cơ Lễ Thành hầu Nguyễn (Nguyễn Hữu Cảnh) vì dân ở đây cho rằng ông có công dẹp yên Cao Miên, khai thác đất này, nên người dân nhớ công đức mà lập miếu thờ.

Rạch Ông Chưởng có hình dạngng uốn khúc, chảy theo hướng Đông-Bắc Tây-Nam, dài 23 km, rộng chừng từ 80m đến 100m (giao động theo mùa), sâu chừng 8m, khả năng tải nước mùa lũ ở mức 800 m²/s với tốc độ trên 1 m²/s; lấy nước Sông Tiền ở đầu thị trấn Chợ Mới qua 6 xã là Long Điền A, Long Điền B, Long Kiến (đều thuộc tả ngạn, bên phải bản đồ) và xã Kiến An, Kiến Thành, Long Giang (đều thuộc hữu ngạn, bên trái bản đồ) rồi

Cù lao Ông Chưởng.

đổ nước vào sông Hậu tại đỉnh cua cong của cù lao Mỹ Hòa Hưng, thuộc TP Long Xuyên, chia huyện Chợ Mới thành hai khu vực.

Trước đây không ai biết con rạch mang tên gì, nhưng từ khi Chưởng Cơ Nguyễn Hữu Cảnh, vào bình định vùng đất này vào năm 1699, rồi đem quân kinh lược Chân Lạp, tiến thẳng đến thành La Bích (Nam Vang). Sau khi đánh tan quân của Nặc Ong Thu, ông lui về đóng quân ở cồn Cây Sao vào tháng 4 năm 1700, người dân địa phương đã bắt đầu gọi cù lao bằng một cái tên mới là cù lao Ông Chưởng, và gọi tên con rạch theo chức danh của ông.

Tới nay còn lưu truyền những câu, như:

Ai đi tới Xép Chăng Cờ,
Nhớ mua vàng mã nhang trà cúng Ông.
Cúng dâng Ông một lòng thành thật,
Ghe thương hồ bán đắt mua may.

Tiểu sử Nguyễn Hữu Cảnh

Nguyễn Hữu Cảnh, vốn là cháu đời thứ 9 của Nguyễn Trãi và là con của Nguyễn Hữu Dật, ông theo phò Chúa Nguyễn Phúc Chu lập được công lớn trong việc chinh phạt Chiêm Thành lần cuối cùng năm 1692. Sáu năm sau ông vào kinh lược đất Đồng Nai, đem hơn 40 ngàn dân từ Ngũ Quảng vào khai hoang.

Năm 1699, vua Chân Lạp là Nặc Ong Thu đem quân tiến công Đại Việt. Chúa Nguyễn Phúc Chu lại cử Nguyễn Hữu Cảnh làm Thống binh đem quân lính, thuyền chiến hợp cùng tướng Trần Thượng Xuyên lo việc đánh dẹp và an dân. Và thủy binh của Nguyễn Hữu Cảnh đã tiến thẳng đến thành La Bích (Nam Vang), đánh tan quân của Nặc Thu.

Tháng 4 năm 1700, Nguyễn Hữu Cảnh kéo quân về đóng ở cồn Cây Sao (sau dân địa phương nhớ ơn ông, nên gọi là Cù lao Ông Chưởng, nay thuộc Chợ Mới, An Giang), và báo tin thắng trận về kinh.

Theo *Gia Định thành thông chí*, thì:

Ở đây một thời gian ông bị "nhiễm bệnh", hai chân tê bại, ăn uống không được. Gặp ngày Tết Đoan ngọ

Nguyễn Hữu Cảnh 1650-1 700.

(mùng 5 tháng 5 âm lịch) ông miễn cưỡng ra dự tiệc để ủy lạo tướng sĩ, rồi bị trúng phong và thổ huyết, bịnh tình lần lần trầm trọng.

Ngày 14 ông kéo binh về, ngày 16 đến Sầm Giang (Rạch Gầm, Mỹ Tho) thì mất. Khi ấy chở quan tài về tạm trí ở dinh Trấn Biên (Biên Hòa), rồi đem việc tâu lên, chúa Nguyễn Phúc Chu rất thương tiếc, sắc tặng là Hiệp tán Công thần, thụy là Trung Cần, hưởng 51 tuổi.

Tại sao gọi Chưởng Binh Lễ?

Người dân ở các tỉnh miền Tây vẫn quen gọi Nguyễn Hữu Cảnh là Chưởng Binh Lễ, vì vậy có người tưởng rằng ông giữ chức Chưởng binh.

Thời chúa Nguyễn không có chức này. Chức vụ cao nhất mà Nguyễn Hữu Cảnh đảm nhiệm lúc sinh thời là Thống suất. Sau khi ông mất, chúa Nguyễn đã truy phong chức Chưởng đình (sau gọi là Chưởng cơ). Do sự kính trọng của người dân đối với Nguyễn Hữu Cảnh, họ đã ghép tên và chức vụ của ông lại thành Chưởng Binh Lễ:

- Chưởng lấy từ chức Chưởng cơ,
- Binh lấy từ chức Thống binh,
- Lễ là tên tư của Ông.

Sau nầy Nguyễn Hữu Cảnh được phong là Thượng Đẳng Công Thần theo các sắc phong tháng 8 năm Ất Sửu (1805) của Gia Long.

Về nguồn gốc của tên Chợ Mới

Tương truyền rằng ngày xưa có ngôi chợ tên Phó Định Bài nằm ở bên kia bến đò Kiến An. Về sau, một ngôi chợ khá bề thế được xây dựng tại huyện lỵ và được người dân gọi là "Chợ Mới".

Năm 1907, chính quyền thuộc Pháp thành lập đơn vị hành chánh cấp huyện lấy luôn tên là "Chợ Mới". Từ đấy, Chợ Mới trở thành danh xưng chính thức một huyện của tỉnh An Giang.

Chợ Mới - An Giang nổi tiếng với nhiều loại nông sản xôi nếp và nay phát triển thành xôi chiên phồng nổi tiếng...

Nhờ Chợ Mới có loại phù sa đặc biệt bồi đắp quanh năm tạo nên cây nếp bản địa chất lượng cao, hạt tròn, đẹp. Nếp kết hợp với đậu trồng trên đất rẫy cho ra món xôi dẻo thơm.

Đậu và nếp được hấp chín theo lối nấu xôi truyền thống Lục Tỉnh. Xôi được người phụ nữ đất cù lao dùng chày quết nhuyễn hỗn hợp nếp và đậu lại với nhau. Càng quết xôi càng dẻo dai, cho thêm dầu ăn vào để xôi bào và bóng.

Xôi ở Chợ Mới sau khi quết được cho vào khay hoặc quấn lại thành cuốn tròn. Khi dùng, bạn chỉ cần cắt từng khoanh hoặc chiên với dầu cho dòn. Xôi chiên có màu vàng ươm, thơm, ăn rất ngon. Ăn xôi chiên phồng Chợ Mới có thể chấm với tương ớt, xì dầu.

Khách đến Chợ Mới, cù lao Giêng, cù lao Ông Chưởng có thể thưởng thức xôi chiên với gà quay. Loại gà được nuôi thả vườn.

Nhiều bạn đến đây chỉ yêu cầu luộc gà hoặc quay gà rồi ăn với xôi chiên phồng là thỏa mãn.

Xôi Chợ Mới làm ra trước hết cho người dân địa phương xây mâm quả đi cưới ở và lễ tục truyền thống. Xôi phồng Chợ Mới giờ đây không chỉ là lễ tục mà được nhiều người biết đến và trở thành thương hiệu...

10. Pháo Đài - Gò Công

Pháo Đài nay thuộc ấp Pháo Đài, xã Phú Tân, huyện Tân Phú Đông, huyện Gò Công Đông tỉnh Tiền Giang. Di tích nằm ngay sông Cửa Tiểu trên cù lao Phú Tân.

Từ thị trấn Tân Hòa, Gò Công Đông, dùng đường bộ đi đến đò Đèn Đỏ ấp Bến Chùa. Từ đây dùng đò ghe máy chạy một đoạn ngắn thì sẽ thấy cầu Lăng bên tay phải. Qua cầu Lăng, đi thẳng theo đường đất một đoạn là sẽ tới Pháo Đài. Ngoài đò Bến Chùa còn đò Tân Long, và Đèn Đỏ cũng đến được Pháo Đài.

Đèn nào cao bằng Châu Đốc,
Gió nào độc bằng gió Gò Công.
(Ca dao)

Thời Nguyễn, để bảo vệ Cửa Tiểu, vua Minh Mạng (1834) cho xây dựng tại đây một Bảo (đồn binh) bằng đất gọi là Đồn Từ Linh, chu vi 60 trượng (378 mét), cao 5 thước 5 tấc (2.57 mét), mở hai cửa. Năm Thiệu Trị thứ 3 và thứ 7 (1834-1847) có được sửa chữa lại.

Sau nầy Trương Công Định dùng đồn nầy để đánh Pháp thì có tên là Lũy Pháo Đài. Dân địa phương gọi là Pháo Đài theo địa danh hành chánh ấp Pháo Đài.

Một chút lịch sử Gò Công

Gò Công hiện gồm các huyện: Gò Công Đông, Gò Công Tây và Tân Phú Đông. Gò Công có từ lâu đời. Cuối thế kỷ XVII, nhiều nhóm di dân miền Trung đến vùng nầy khai phá rồi hình thành các cụm dân cư trên các giồng đất cát: giồng Nâu trồng trầu, giồng Chùa trồng mãng cầu dai, giồng Lãnh, giồng Bà Lẫy, giồng Đình... chuyên sống bằng nghề trồng trọt và chăn nuôi tới nay vẫn còn.

Tưởng là anh tới anh chơi,
Ai dè anh tới kết đôi vợ chồng.
(Ca dao Gò Công)

Năm 1698, Nguyễn Hữu Cảnh được lịnh vào Nam tổ chức đơn vị hành chính thì vùng đất này thuộc quận Tân Bình, dinh Phiên Trấn (Gia Định).

Năm 1808, vùng Gò Công thuộc tổng Hòa Bình, trấn Định Tường. Năm 1831, vùng Gò Công thuộc huyện Tân Hòa, phủ Tân An, tỉnh Gia Định, ly sở đóng ở Đồng Sơn.

Đến đầu thế kỷ XX, Pháp lập tỉnh Gò Công với 2 Tổng. Tổng Hòa Lạc Thượng còn 7 làng, tổng Hòa Lạc

Hạ còn 10 làng. Lúc bấy giờ chưa có thị xã Gò Công và đặc biệt là không có đơn vị hành chính quận.

Khoảng năm 1913-1914, vùng Gò Công là một quận của tỉnh Mỹ Tho. Sau ngày 30-4-75, tỉnh Mỹ Tho và Gò Công sáp nhập thành tỉnh Tiền Giang cho đến ngày nay.

Trương Công Định xây lũy Pháo Đài

Tháng Giêng năm Kỷ Mùi (1859) thành Gia Định thất thủ. Ngày 25-02-1861, phòng tuyến Chí Hòa bị quân Pháp chọc thủng, quân triều đình buộc phải lui về giữ Biên Hòa, còn Trương Công Định rút về Tân Hòa (Gò Công), lập căn cứ kháng chiến.

Lúc bấy giờ, do bị tấn công ở nhiều nơi, nên tháng 3/1862, quân Pháp buộc phải rút khỏi Gò Công. Nhân

Đài kỷ niệm lũy Pháo Đài

cơ hội đó, Trương Công Định tiếp tục củng cố và mở rộng căn cứ Gò Công, biến nơi này thành trung tâm kháng chiến Tân Hòa.

Đồn Từ Linh thời Nhà Nguyễn được Trương Công Định cho tái xây dựng làm chiến lũy, gọi là Chiến Lũy Pháo Đài, có trang bị súng thần công loại lớn.

Lũy Pháo Đài xung quanh là thành đất đắp cao, dày có 6 cạnh cân đối khá đều nhau, thành hình lục lăng, diện tích khoảng 3.000 m^2 trên thành đất trồng me, chính giữa có cây trôm to và giếng nước. Theo hướng Đông-Nam pháo đài có một gò tròn cao 21m, đường kính 15-20m. Đó là Gò Thổ Sơn có thể đó là đài quan sát của nghĩa quân. Bao bọc bên ngoài thành lũy là rừng kè, đước, dừa nước, bần.

Súng Thần Công chặn tàu địch xung phong lên bờ.

Trương Công Định còn cho đổ đá hàn một đoạn theo chiều rộng của sông Cửa Tiểu trước chiến lũy về hướng Tây trước mặt khẩu thần công chừng 120m đến 150m gọi là Đập đá hàn, ngày nay Đập đá hàn vẫn còn và đã được đánh dấu để tàu bè ra vào không vướng phải.

Suốt cả quá trình tồn tại, Chiến Lũy Pháo Đài đã cùng nghĩa quân trấn giữ một cửa biển quan trọng của Nam Kỳ.

Sau khi Trương Công Định tuẫn tiết tại Đám lá tối trời, nghĩa quân tan rã và Lũy Pháo Đài cũng bị Pháp phá hủy.

> *Gò Công có bốn tổng giàu,*
> *Mà riêng có một bà Hầu giàu to*

Bà Hầu ám chỉ Bà Trần thị Sanh vợ thứ của Trương Công Định, người giàu có, bỏ tiền xây lăng mộ cho Ông.

Địa danh "Đám lá tối trời"

Đám lá thuộc xã Gia Thuận, huyện Gò Công Đông. Là căn cứ kháng chiến chống Pháp của nghĩa quân Trương Công Định trong những năm 1861-1864.

Trước đây, Đám lá tối trời kéo dài từ xã Tân Tây qua xã Tân Phước đến Gia Thuận, Kiểng Phước, Vàm Láng, thuộc tổng Hòa Lạc Thượng, huyện Tân Hòa, tỉnh Gò Công.

Đây là vùng toàn là dừa nước mọc chen chúc với nhau, tàn cao bóng rợp che khuất ánh mặt trời, đi vào vùng ấy như ban đêm nên gọi là Đám lá tối trời.

Hiện nay rừng lá bị phá nhiều nên lá chỉ còn lại dọc theo cửa sông Soài Rạp dài khoảng vài km vì nạn tận diệt dừa nước, lấp kênh rạch để xây dựng khu dân cư...

Tỉnh Tiền Giang mở nhiều đường bộ đi vào khu di tích, trải đá con đê chạy dọc theo di tích, mở rộng con đường từ đền thờ Trương Công Định đi vào Đám lá tối trời.

Bộ VHTT đã công nhận Di tích ***Đám lá tối trời*** là di tích lịch sử cấp quốc gia, ngày 10-08-2004.

Gò công đất sanh hoàng hậu
Gò Công, vùng đất đặc biệt.

Bởi thiếu nữ nơi nầy từng làm mê đắm lòng các bậc quân vương? Họ đẹp hay còn bởi lý do nào khác? Bất cứ một người Gò Công nào, họ đều tự hào quê hương mình có hai bà hoàng hậu nổi tiếng: tài đức vẹn toàn!

Bà Từ Dụ

Thái hậu Từ Dụ tên thật là Phạm Thị Hằng, sinh ngày 20/6/1810 tại giồng Sơn Quy, huyện Tân Hòa, tỉnh Gia Định (nay thuộc xã Long Hưng, thị xã Gò Công, tỉnh Tiền Giang). Bà là trưởng nữ của quốc công Phạm Đăng Hưng.

Năm 14 tuổi, bà theo cha ra kinh thành Huế và được Thuận Thiên Cao Hoàng hậu Trần Thị Đang, tuyển triệu vào hầu Hoàng trưởng tử Nguyễn Phúc Miên Tông, con vua Minh Mạng, cháu trai của bà.

Năm 1829, bà sinh người con thứ ba là trai, đặt tên là Nguyễn Phúc Thì, tức Nguyễn Phúc Hồng Nhậm, chính là vua Tự Đức sau này.

Năm 1841, Miên Tông lên ngôi, đặt niên hiệu là Thiệu Trị, bà trở thành Cung tần, hai năm sau, được phong Thần phi. Qua đầu năm Thiệu Trị thứ 6 (1846), bà được phong làm Giai phi, rồi Nhất giai phi.

Năm 1847, vua Thiệu Trị mất, con bà là Hồng Nhậm được chọn nối nghiệp, lấy niên hiệu Tự Đức.

Năm 1883, vua Tự Đức mất, để di chiếu tôn bà làm Từ Dụ Thái hoàng Thái hậu. Bà mất năm 1902, hưởng thọ 92 tuổi.

Nam Phương Hoàng Hậu

110 năm sau bà Từ Dụ, một cô gái Gò Công nữa cũng nhập cung, đó chính là Nam Phương Hoàng hậu - Nguyễn Hữu Thị Lan.

Khác với 12 hoàng hậu triều Nguyễn trước, một ngày sau lễ cưới, vua Bảo Đại phong tước vị Nam Phương Hoàng hậu cho Nguyễn Hữu Thị Lan. Khi đó bà mới hơn 19 tuổi.

Nam Phương Hoàng hậu sinh năm 1914, ở làng Đồng Sơn, nay là xã Đồng Thạnh, huyện Gò Công Tây, tỉnh Tiền Giang. Bà là con gái của ông Nguyễn Hữu Hào và bà Lê Thị Bính, cháu ngoại ông Lê Phát Đạt ở Nam Kỳ -- một trong bốn người giàu nhất nước Việt Nam những năm đầu của thế kỷ 20.

Nam Phương Hoàng Hậu

Năm 12 tuổi, Nguyễn Hữu Thị Lan được gia đình cho sang Pháp học tại trường Couvent des Oiseaux -- một trường nữ danh tiếng ở Paris. Trước khi trở thành

Hoàng hậu vào năm 1934, bà đã ba năm liền trúng giải hoa hậu Đông Dương.

Một năm sau khi từ Pháp về nước, trong một buổi dạ tiệc tại khách sạn La Palace tại Đà Lạt do Toàn quyền Đông Dương chiêu đãi, Nguyễn Hữu Thị Lan và Bảo Đại đã gặp nhau.

Chính vẻ đẹp đài các của con gái một điền chủ, nét trinh nguyên của thiếu nữ vừa chớm tuổi đôi mươi, thông minh, phong cách của cô tú tài Tây học đã hớp hồn Bảo Đại ngay từ lần gặp đầu tiên. Hôn lễ được tổ chức ngày 20/3/1934 ở Huế. Hoàng hậu Nam Phương cùng Bảo Đại có tất cả năm người con (hai trai, ba gái).

Ngoài công việc hàng ngày là dạy dỗ các hoàng tử, công chúa, bà còn tham gia các việc xã hội và từ thiện.

Nhưng cuộc đời bà kết thúc bằng những tháng ngày lưu lạc tận một miền quê nước Pháp xa xôi. Không còn với danh phận của một bà hoàng và không có chồng bên cạnh. Bà mất năm 1963 tại Pháp, thọ 49 tuổi.

11. Tha La xóm Đạo ngày xưa

Đây mênh mông xóm đạo với rừng già
Nắng lổ đổ rụng trên đầu viễn khách
(Tha La Xóm Đạo)

Khởi đầu, địa danh Tha La chỉ được một ít người biết tới nhờ một bài thơ của Vũ Anh Khanh từ thời kháng chiến chống Pháp.

Rồi *"Tha La xóm đạo"* của Vũ Anh Khanh được công chúng biết tới rộng rãi nhờ hai nhạc sĩ Dzũng Chinh và Sơn Thảo phổ thành 2 bài ca: *"Tha La xóm đạo"* và *"Hận Tha La"*.

Nay dầu có nhiều người thuộc thơ và nhạc, nhưng chắc không biết rõ xóm đạo Tha La ở đâu. Bởi Tha La có ở Tây Ninh và cũng có ở miền Tây-Nam Lục Tỉnh.

Tha La thuộc địa phận xã An Hòa, huyện Trảng Bàng tỉnh Tây Ninh. Năm 1863, khi chiếm 3 tỉnh miền

Nam Nam kỳ thì họ khuyến khích và giúp đỡ giáo dân Gia tô tụ lại Tha La và họ đạo Tha La được chính thức thành lập, trực thuộc Tòa Thánh La Mã.

Nhà thờ có nơi cố định, đầu tiên được xây cất, với vật liệu đơn sơ, từ điểm nầy, các vị cha tiếp nối đi đến các địa phương khác để truyền đạo và lập thêm xứ đạo mới.

Tây Ninh, nơi đạo Công Giáo phát triển. Đi đâu cũng thấy nhà thờ. Pháp giúp họ đạo Tha La phát triển ngày càng mạnh mẽ và vững vàng. Vào đầu thế kỷ 20 nhà thờ được xây cất qui mô hơn.

Tha La xóm Đạo trong thơ Vũ Anh Khanh

Ông tên thật là Võ Văn Khanh sinh năm 1926 tại Mũi Né, Bình Thuận.

Sách của ông không nhiều vì cuộc sống của nhà văn ngắn ngủi, hơn nữa trong lúc văn thi tài đang lên như diều gặp gió, thì năm 1950 ông đột ngột từ bỏ thành đô hoa lệ, để dấn thân vào cuộc kháng chiến chống Pháp đang bùng nổ dữ dội khắp nước,

Bấy giờ nhiều sách của Ông bán chạy như chuyện dài *Bạc Xíu Lìn*, được Tiếng Chuông xuất bản năm 1949, chỉ trong 2 tháng đã bán hết 10,000 cuốn, sau đó phải tái bản nhiều lần vẫn không cung ứng nhu cầu của người ái mộ.

Riêng bài thơ *"Tha La Xóm Đạo"* của ông, sau này được nhạc sĩ Dzũng Chinh, tên thật là Nguyễn văn

Chính, cũng là người Phan Thiết, phổ nhạc và rất được mọi người ưa thích.

Không biết Tha La có tham gia phong trào chống Pháp hay không, nhưng chính thời điểm nầy, nhà thơ Vũ Anh Khanh cũng gia nhập đi theo phong trào kháng chiến, ông đã làm bài thơ để đời, trong đó có những câu cho thấy rằng người Tha La đã đặt tình yêu quê hương tổ quốc lên trên hết.

Bài thơ **Tha La Xóm Đạo**

Đây Tha La xóm đạo,
Có trái ngọt, cây lành.
Tôi về thăm một dạo,
Giữa mùa nắng vàng hanh,
Ngậm ngùi, Tha La bảo:
Đây rừng xanh, rừng xanh,
Bụi đùn quanh ngõ vắng,
Khói đùn quanh nóc tranh,
Gió đùn quanh mây trắng,
Vả lửa loạn xây thành.
Viễn khách ơi! Hãy dừng chân cho hỏi
Nắng hạ vàng ngàn hoa gạo rưng rưng
Đây Tha La, một xóm đạo ven rừng.
Có trái ngọt, cây lành im bóng lá,
Con đường đó bụi phủ mờ gót lạ
Ngày êm êm lòng viễn khách bơ vơ!
Về chi đây! Khách hỡi! Có ai chờ?
Ai đưa đón?
Xin thưa, tôi lạc bước!

Không là duyên, không là bèo kiếp trước,
Không có ai chờ, đưa đón tôi đâu!
Rồi quạnh hiu, khách lặng lẽ cúi đầu,
Tìm hoa rụng lạc loài trên vệ cỏ.
Nghìn cánh hoa bay ngẩn ngơ trong gió
Gạo rưng rưng, nghìn hoa màu rưng rưng.
Nhìn hoa rơi, lòng khách bỗng bâng khuâng
Tha La hỏi: Khách buồn nơi đây vắng?
- Không, tôi buồn vì mây trời đầy trắng!
- Và khách buồn vì tiếng gió đang hờn?
Khách nhẹ cười, nghe gió nổi từng cơn.
Gió vun vút, gió rợn rùng, gió rít,
Bỗng đâu đây vẳng véo von tiếng địch:
- Thôi hết rồi! Còn chi nữa Tha La!
Bao người đi thề chẳng trở lại nhà
Nay đã chết giữa chiến trường ly loạn!
Tiếng địch càng cao, não nùng ai oán
Buồn trưa trưa, lây lất buồn trưa trưa
Buồn xưa xưa, ngây ngất buồn xưa xưa
Lòng viễn khách bỗng dưng tê tái lạnh
Khách rùng mình, ngẩn ngơ người hiu quạnh
- Thôi hết rồi! còn chi nữa Tha La!
Đây mênh mông xóm đạo với rừng già
Nắng lổ đổ rụng trên đầu viễn khách.
Khách bước nhẹ theo con đường đỏ quạch.
Gặp cụ già đang ngắm gió bâng khuâng
Đang đón mây xa... Khách bỗng ngại ngần:
- Kính thưa cụ, vì sao Tha La vắng?
Cụ ngạo nghễ cười rưng rưng râu trắng,

Nhẹ bảo chàng: "Em chẳng biết gì ư?
Bao năm qua khói loạn phủ mịt mù!
Người nước Việt ra đi vì nước Việt
Tha La vắng vì Tha La đã biết,
Thương giống nòi, đau đất nước lầm than".

*

Khách ngoảnh mặt nghẹn ngào trông nắng đổ
Nghe gió thổi như trùng dương sóng vỗ.
Lá rừng cao vàng rụng lá rừng bay...
Giờ khách đi. Tha Lạ nhắn câu này:
- Khi hết giặc, khách hãy về thăm nhé!
Hãy về thăm xóm đạo
Có trái ngọt cây lành
Tha La dâng ngàn hoa gạo
Và suối mát rừng xanh
Xem đám Chiên hiền thương áo trắng
Nghe trời đổi gió nhớ quanh quanh…
(Vũ Anh Khanh)

Tha La Xóm Đạo Tây Ninh

Xóm đạo Tha La hình thành họ đạo đầu tiên ở Tây Ninh vào giữa thế kỷ XIX, thuộc ấp An Hội, xã An Hòa, huyện Trảng Bàng.

Tha La có gốc từ chữ Khmer là *Schla*, người Việt đọc trại thành *Tha La*. Trong tiếng Việt thì không có ý nghĩa gì cả. Thế nhưng theo chữ Khmer, Schla là *nhà mát* hay trạm, trại, một nơi dừng lại để nghỉ ngơi.

Hơn 200 năm trước, nơi đây là một vùng hoang sơ, trùng điệp rừng già, có nhiều nơi lầy lội. Thế nhưng được nhiều người biết đến và đã trở nên quen thuộc cho đến bây giờ vì Tha La trên đất Trảng Bàng - Tây Ninh có Xóm Đạo, xóm đạo đầu tiên.

Ở Tây Ninh các họ đạo và xây dựng các nhà thờ phần lớn đều xuất phát từ ba bộ phận giáo dân: những người dân địa phương đầu tiên khai phá các nơi định cư; đồng bào từ miền Bắc di cư vào từ năm 1954.

Theo lịch sử, vào năm 1837 một bộ phận giáo dân khoảng vài chục hộ từ Huế theo ông Cosimo Nguyễn Hữu Trí, vốn là một tín đồ Thiên Chúa giáo ở Huế. Ông đã đưa gia đình vào Nam né tránh lệnh cấm đạo dưới triều vua Minh Mạng.

Họ đến Tha La sinh sống khai phá, mở rộng đất đai và biến những vùng hoang vu thành đất hoa màu sản xuất và ổn định cuộc sống. Ông Trí cũng mời các vị linh mục từ các nơi khác đến thuyết giảng. Đến triều Tự Đức, khi thực dân Pháp đánh vào Đà Nẵng và Sài Gòn, việc cấm đạo càng khắt khe hơn. Năm 1860, ông Trí cùng một số giáo dân khác bị bắt và ông qua đời trong tù ngục vì sức yếu, tuổi già. Hiện nay mộ của người đầu tiên xây dựng họ đạo Tha La vẫn còn ở phía trước núi Đức Mẹ nhà thờ Tha La.

Xã An Hòa ngày ấy gọi là làng Bình Tịnh, sau đó chia ra thành 2 làng An Hòa và An Tịnh. Từ những năm 1837-1840 họ đạo Tha La đã hình thành với trên 20 gia đình giáo dân. Hai nhà thờ đầu tiên chỉ được xây cất

Nhà Thờ Họ Đạo Tha La.

thô sơ, mái tranh, vách lá tại Lò Mo và Trường Đà (nay thuộc ấp An Lợi, xã An Hòa). Đến năm 1860 linh mục đầu tiên về đây phục vụ là Besombes Hạnh. Năm 1881 Linh mục Laurenco Bính đến Tha La và vận động công sức, quyên góp tiền của từ nhiều giáo dân để xây dựng một nhà thờ mới. Sau 3 năm liên tục xây dựng, nhà thờ mới hoàn thành.

Ngày 22-9-1966 giáo xứ Tha La mới được chính thức thành lập. Ngày 10-9-1967, giám mục địa phận Phú Cường đã đặt viên đá đầu tiên xây dựng nhà thờ Tha La kiên cố. Ngày chủ nhật 13-12-1970 công việc xây dựng hoàn tất và nhà thờ chính thức khánh thành.

Sau gần 170 năm hình thành và phát triển (1840-2009) giáo xứ Tha La đã có khoảng 48 linh mục đến phục vụ và hiện nay giáo xứ có khoảng 4,756

Về Tha La tìm ăn món ngon

Lấy Quốc Lộ 1 từ Sài Gòn chạy thẳng về Gò Dầu Tây Ninh, con đường này đưa bạn về Trảng Bàng nơi có địa danh Tha La Xóm Đạo. Trảng Bàng và Sài Gòn cách nhau khoảng 50 cây số mà thôi. Từ Trảng Bàng mon men về hướng tây thêm 6 cây số thì chúng ta vào đất Tha La,

Người Tha La và người Trảng Bàng không thế nào không biết những món ăn địa phương tại đây là *món bánh canh giò heo* hay *bánh tráng cuốn thịt heo*.

Người Tây Ninh hãnh diện đặc biệt, với những ai đã từng ghé thăm Tha La để hiểu tình người Tha La vốn chân chất và hiếu khách.

Vào quán ăn, nghe lại bản nhạc *Tha La Xóm Đạo* chắc khách không khỏi dâng lên nỗi niềm bâng khuâng trong lòng... Tha La Huyền diệu!...

Tháng 2 năm 2013

12. Hát Tiều ở Bạc Liêu

Khán giả người Việt thích xem hát Tiều bởi vì tuy không nghe được lời, nhưng họ đều hiểu và thuộc hầu hết các tuồng tích: *Tiết Nhơn Quý chinh đông, Tiết Đinh San với Phàn Lê Huê, Địch Thanh với Thoại Ba công chúa, Bàng Quyên đấu với Tôn Tẫn, Bao Công tra án Quách Hòe, Tam Anh chiến Lữ Bố...*

*

Ở Việt Nam, người Tàu nói chung có nhiều tên gọi khác nhau như: *Khách trú, Hán, Ba Tàu, Chệt, Các chú...* không kể còn có phân biệt chủng tộc như: người Quảng, người Tiều, người Hẹ, người Hải Nam...

Có nhiều thế hệ người Tàu định cư tại Việt Nam.

Đặc biệt vào thế kỷ 17 vì sự sụp đổ của nhà Minh dẫn đến làn sóng người trung thành với nhà Minh và không thần phục nhà Thanh nên bỏ quê hương di dân sang vùng Đông Nam Á, trong đó có Việt Nam.

Những người Hoa kiều này vào ở Đàng Trong được gọi là người Minh Hương. Chữ "hương" ban đầu có nghĩa là "thơm", đến năm 1827 thì vua Minh Mạng cho đổi chữ Hương nghĩa là "làng" có thể hiểu là "làng của người Minh".

Người Tàu ở VN có 5 nhóm ngôn ngữ chính: Quảng Đông, Triều Châu, Phúc Kiến, Hải Nam và tiếng Khách - tiếng Hẹ.

Triều Châu là một huyện của tỉnh Quảng Đông bên Tàu. Sinh hoạt văn nghệ của người Triều Châu phổ biến nhất là ngâm hát *"Triều Châu Ca sách"*, đã hình thành từ thời Minh. Lời ca trong Ca sách chỉ dùng câu 7 chữ; khi ngâm thì kéo dài âm tiết cuối. Nội dung gồm diễn nghĩa lịch sử, truyền thuyết thần thoại, chuyện dân gian như: *Tùy Đường diễn nghĩa, Tam Quốc diễn nghĩa, Thủy Hử truyện*... Bài ngắn nhất cũng vài trăm câu, ngâm hát cũng mất 10 phút, bài dài nhất gồm 4 vạn dòng chứa 30 vạn chữ.

Người Tiều (Triều Châu) đa số ở Bạc Liêu và các tỉnh miền Tây, trong khi ở Chợ Lớn đa số là người Tàu Quảng Đông.

Người Tiều có một nền văn hóa địa phương rất độc đáo, có tiếng nói riêng, nền âm nhạc riêng, nền ca kịch riêng, gọi là Hát Tiều.

Hát Tiều gồm hai loại: loại bình dân hát ở sân chùa, loại sang hơn hát ở rạp.

12. Hát Tiều ở Bạc Liêu

Hát Tiều ở Miền Tây

Hát tiều thực tế là tên gọi của thể loại ca kịch của người Triều Châu, người dân ở miền Tây Lục Tỉnh phát âm chữ "r" rất khó khăn, nên người Triều Châu thì họ gọi là người Tiều, đoàn ca kịch Triều Châu cũng được gọi đó là gánh hát Tiều.

Đoàn hát Tiều Bạc Liêu xưa di chuyển bằng đường thủy, trên những chiếc ghe chài, họ ăn ngủ, tập tành trên ghe.

Dàn nhạc Triều Châu là có rất nhiều nhạc cụ gõ gồm trống lớn, trống nhỏ, thanh la, chập chõa các cỡ khác nhau.

Trong khi dàn nhạc Quảng Đông, chủ yếu gồm nhạc cụ thổi, như kèn, sáo, tiêu... nên người nghe âm thanh ò í e rõ hơn tiếng trống.

Hát Quảng - Hát Tiều

Loại hình sinh hoạt văn hóa dân gian của người Tàu gồm đàn hát, múa, kịch hát, múa lân, múa rồng, múa sư tử, trong đó thu hút người Việt Nam kỳ nhứt là hát Quảng, hát Tiều.

Hát Quảng ra đời tại Chợ Lớn từ đầu thế kỷ 20 do những đoàn Việt kịch nhỏ lưu diễn từ các tỉnh duyên hải Đông-Nam Trung Hoa đi dần xuống phía Nam bằng thuyền để biểu diễn. Những đoàn Việt kịch này huấn luyện nghệ nhân tài tử người Hoa và giúp họ tạo ra một loại hình sân khấu địa phương ở Chợ Lớn, gọi là hát Quảng.

Hát Tiều cũng xuất hiện tại Nam Kỳ những năm đầu thế kỷ 20 do những đoàn kịch lưu diễn từ các tỉnh Nam Trung Hoa vào Chợ Lớn và tỏa đi khắp đồng bằng nhiều nhứt là Bạc Liêu. Biểu diễn đến đâu họ cũng huấn luyện cho nghệ nhân tài tử người Hoa địa phương để có được sân khấu hát Tiều.

Bạc Liêu là xứ quê mùa.
Dưới sông cá chốt trên bờ Triều Châu.
Ca dao

Người Tàu Chợ Lớn và người Việt Sài Gòn và Nam Kỳ thuộc các thế hệ lớn tuổi bấy giờ thích các vở tuồng kịch như *Ngũ Hổ tướng, Kinh Kha tráng sĩ, Đêm cướp ở Long Hoa*, v.v...

Từ đó ta thấy hát tuồng, hát bội của người Việt đã chịu ảnh hưởng của sân khấu Tàu. Các nhà nghiên cứu Đỗ Văn Rỡ, Đinh Bằng Phi đã có những công trình nghiên cứu công phu về hát bội và cải lương miền Nam và sân khấu hát Tiều, hát Quảng ở Sài Gòn cho thấy rõ một hiện tượng giao tiếp hai nền văn hóa sân khấu Hoa-Việt. Do tiếp xúc với hát Quảng, hát Tiều từ đầu thế kỷ 20 mà các soạn giả và nghệ nhân hát bội và cải lương Miền Nam đã tạo ra một loại hình sân khấu mới mà người Việt yêu thích, đó là Cải lương Hồ Quảng.

Cải lương Hồ Quảng

Cải lương về tuồng tích khởi đi từ tuồng cổ, dã sử, hương xa, xã hội, và Hồ Quảng...

Cải lương Hồ Quảng với các đề tài cổ điển và phong cách biểu diễn có dáng nét của nghệ thuật Hát Bội, dùng các nhạc cụ của dàn nhạc tài tử còn có thêm bộ gõ và kèn hát bội.

Cải lương Hồ Quảng kết hợp bài bản cải lương được Quảng Đông hóa và có cả những bài hát Quảng Đông được cải lương hóa v.v…

Cuối thập niên 1940 sang đầu thập niên 1950, những nghệ sĩ như Phùng Há, Cao Long Ngà (bà ngoại của Phượng Mai), Năm Phỉ (chị + Bảy Nam) có dịp sang Quảng Đông học hỏi "vũ đạo" của các nghệ sĩ tuồng kịch truyền thống ở đây. Các nghệ sĩ này khi về nước, đem áp dụng "vũ đạo" này trên sân khấu, đạt được nhiều thành công.

Giữa thập niên 1950 sang đầu thập niên 1960, các nghệ sĩ Khánh Hồng, Bảy Huỳnh và Minh Tơ lần mò vào Chợ Lớn, tìm đến những gánh hát người Hoa, mua lại một số trang phục sân khấu của họ. Những trang phục này rất rực rỡ, mặc vào, lên sân khấu làm đào, kép nổi bật, làm cho sân khấu cũng rực rỡ theo. Những nghệ sĩ này cũng học hỏi từ các gánh hát người Hoa nhịp điệu trống, bắt nguồn từ cách diễn tuồng của phái Bắc Kinh. Tiếng trống rộn rã giúp cho buổi trình diễn thêm tưng bừng náo nhiệt. Tiếng trống còn có tác dụng thay đổi tâm tình khách xem trình diễn, tùy theo nhịp điệu nhanh, chậm, cách ngắt quãng của nó. Các nghệ sĩ cũng học một số cách hát theo điệu Quảng Đông.

Trở về sân khấu Việt Nam, các nghệ sĩ Khánh Hồng, Bảy Huỳnh, Minh Tơ pha điệu hát Hồ Quảng vào các tuồng cải lương. Về sau, khi khán giả có vẻ chấp nhận, cải lương Hồ Quảng trở thành một bộ môn riêng, với nhịp trống, điệu hát và y trang Bắc Kinh, Quảng Đông, phối hợp với cách hát cải lương và ca vọng cổ.

Nhưng năm 1961, 1962, 1963, phim Đài Loan tràn ngập thị trường phim Việt Nam, khởi đầu là phim Lương Sơn Bá - Chúc Anh Đài, một truyện tình sử lấy nước mắt của không biết bao nhiêu là khán giả Việt Nam. Nhạc sĩ Đức Phú, em của nghệ sĩ Minh Tơ, đoàn hát Vĩnh Xuân Bầu - Thắng lấy nhạc Đài Loan trong phim Lương Sơn Bá - Chúc Anh Đài, viết lời Việt, dùng trong tuồng Lương Sơn Bá - Chúc Anh Đài do anh sáng tác và thủ diễn vai chánh, hát với nữ nghệ sĩ Bo Bo Hoàng trong vai

Chúc Anh Đài. Gánh hát Vĩnh Xuân Ban - Bầu Thắng hát tuồng Lương Sơn Bá có ca nhạc Đài Loan như trong phim nên thu hút khán giả với một con số kỷ lục.

Đoàn hát Thanh Bình - Kim Mai 1 (sau là đoàn Huỳnh Long) có hai nhạc sĩ Tàu là Há Thầu và chú Long cũng ghi âm nhạc Đài Loan dùng trong tuồng hát cho đoàn Huỳnh Long. Há Thầu đặt tên các bài nhạc đó là Hoàng Mai 5, Hoàng Mai 15, Ly Hận, Chiêu Quân Hội, vân vân.

Các đoàn hát cải lương Hồ Quảng thu hút khán giả nghẹt rạp, các hãng đĩa cũng thu thanh và phát hành đĩa hát Hồ Quảng, đài truyền hình Sài gòn cũng có những Ban hát Hồ Quảng như Ban Khánh Hồng, Ban Minh Tơ, Ban Huỳnh Long, Ban Vân Kiều, tất cả tạo thành một phong trào hát cải lương Hồ Quảng ngày một phát triển và được khán giả ưa thích.

Cải lương Hồ Quảng có nhiều ưu thế trên sân khấu Việt. Về y trang rực rỡ và cách diễn bằng "biểu tượng" thì không thua gì hát bội, nhưng hát bội lại khó nghe, khó hiểu, trong khi đào kép trong cải lương Hồ Quảng thì nói ít, diễn nhiều, khi hát thì hát theo lối vọng cổ và một số làn điệu của cải lương rất dễ nghe, có hát theo điệu Quảng Đông thì điệu ấy nghe cũng lọt tai. Đặc biệt, cải lương Hồ Quảng lại có "vũ đạo" tức là cách đưa tay, đá chân theo nhịp điệu như múa, mà là múa võ, nên gây hào hứng trên sân khấu.

*

Đặc điểm của hát Tiều ngày xưa là diễn luôn một mạch từ 7 giờ tối đến 5 giờ sáng hôm sau, diễn liên tục, không có kéo màn hạ màn trong suốt buổi diễn đến nửa đêm.

Dàn nhạc Triều Châu là có rất nhiều nhạc cụ gõ gồm trống lớn, trống nhỏ, thanh la, chập chõa các cỡ khác nhau. Dàn nhạc đó gọi là đại lá cố (lá là thanh la, chập chõa, còn cố là trống), dân Bạc Liêu quen gọi theo tiếng Triều Châu là *tùa lào cấu*. Mỗi lần đến cao trào, các thanh la và trống đánh hết cỡ, làm vang động cả một góc trời, ở bên ngoài rạp hát và các nhà kế cận đều nghe tiếng.

Sau ngày 30 tháng 4 năm 1975, tất cả các đoàn hát Tiều, hát Quảng bị giải tán!

Tháng 2 năm 2013

PHẦN V
MỘT THỜI ĐỂ NHỚ

1. Chiếc áo tơi ngày xưa
2. Chiếc áo Bà Ba miền Nam
3. Chiếc bàn ủi của mẹ ngày xưa
4. Chiếu Cà Mau
5. Con Heo Đất ngày Tết
6. Con trâu trong đời sống người Việt xưa
7. Đại Nhạc Hội Tết của người Sài Gòn xưa
8. Cầm chầu hát bội cúng đình
9. Tập tục "Cưới Vợ Ăn Tết"
10. Nụ cười ngày Tết
11. Văn Hóa Uống Rượu của Người Việt
12. Đình Làng Việt Nam
13. Cưới Hỏi Xưa và Nay
14. Lái Thiêu với người Sài Gòn xưa
15. Báo chí Sài Gòn ngày xưa
16. Người con gái Bến Tre
17. Xà bông Cô Ba
18. Phép Vua thua lệ Làng

Chiếc áo tơi của người coi rừng thời Pháp.

1. Chiếc áo tơi ngày xưa

Hồi đó ở quê mình chưa có cái áo mưa. Cái tên "áo mưa" vào thời đó hình như cũng chưa có. Còn nhớ hồi đó sau khi cúng Mùng Năm Tháng Năm xong, thì Trời mưa cho tới gần Tết. Mưa rất lớn. Hột to, gió cũng lớn. Nhiều khi Trời đang nóng nực, ngọn cây im phăng phắc, bỗng đâu mây đen kéo tới đen thui, và mưa ào tới, mọi người mạnh ai nấy chạy lẹ về nhà hoặc kiếm chỗ đụt mưa.

Nhà mẹ tôi có một cái áo tơi, được treo ở hiên nhà sau. Hồi đó ở quê nhà nào cũng có một hoặc hai cái áo tơi để dùng chung cho cả nhà.

Tôi còn nhớ như in cái áo tơi ngày xưa của mẹ tôi. Cái áo tơi mà chính tay mẹ tôi trùm lên đầu cho tôi khi đi mưa. Sau nầy tôi mới hiểu ra, bởi cái áo tơi dài quá chân nên bà phải trùm lên đầu thay vì mặc vào người tôi. Hai mẹ con bị ướt loi ngoi. Và khi vừa về tới nhà mẹ dẫn tôi vào bếp đốt rơm hơ cho ấm. Bà cầm lấy hai tay tôi, trở qua trở lại trên ngọn lửa, giống như nướng bánh phồng. Khiến tôi mắc cười... Hồi đó tôi nào có biết lạnh.

*

Bà tôi rất khéo tay. Bà tự tay làm đồ dùng trong nhà bằng tre như cái thúng, cái nia, cái sàng gạo, cái rế, cái rổ; cho đến cái gáo múc nước, cái vá múc canh, cái vá bới cơm được làm bằng gáo trái dừa khô; cái vỏ đựng bình trà bằng vỏ trái dừa khô; cái chày đâm tiêu tiện bằng gỗ; cái vòng đan bằng cây u du...

Và bà còn dùng lá dừa nước chằm thành nắp nồi nấu xôi, nắp đậy mái lu đựng nước mưa, đặc biệt là chằm cái áo tơi để mặc đi mưa.

Gọi là cái áo tơi nhưng không giống cái áo chút nào! Bởi theo định nghĩa thì cái áo được hiểu là đồ dùng để mặc che từ cổ trở xuống nửa phần trên thân thể người ta, như cái áo trong tục ngữ ca dao:

- Áo có bâu, quần có lai
- Áo anh ai cắt ai may,
Đường tà ai đột, cửa tay ai viền?
- Áo anh đứt nút đứt khuy,
Quần anh đứt đũng, lấy chi hoa hòe.
- Áo đen năm nút viền bâu,
Bậu về xứ bậu biết đâu mà tìm.

PHẦN V • MỘT THỜI ĐỂ NHỚ
1. Chiếc áo tơi ngày xưa

Cái áo tơi thì khác cái áo trong ca dao tục ngữ. Bởi áo tơi không có tay, không có cổ, không có khuy nút và không cắt không may như áo thường. Áo tơi không giống như loại Pardessus của Tây hay loại raincoat của Mỹ.

Áo tơi ở miền Bắc thuở xưa bằng lá cây cọ, hoặc rơm rạ. Áo tơi ở Miền Nam được làm bằng lá dừa nước.

Xứ Lục Tỉnh xưa chỗ nào cũng có cây dừa nước mọc tự nhiên dưới bờ rạch, mé sông. Cây dừa nước mọc như rừng. Cây dừa nước có tác dụng giữ không cho đất bị lở như cây mắm cây đước, cây dẹt... Gò Công ngày xưa có địa danh Đám Lá Tối Trời thuộc làng Kiểng Phước, nơi đây được Ông Trương Công Định dùng làm căn cứ chống giặc Tây dương lúc mới vào Nam Kỳ.

Áo tơi bằng lá ngày xưa.

Ở Miền Nam trước 1975 hầu hết nhà ở nông thôn đều lợp bằng lá dừa nước. Cây dừa nước đa dụng, nào khác cây tre, cây thốt nốt. Dừa nước đem lại nhiều lợi ích thiết thực trong đời sống nông thôn. Như:

Đọt non cây dừa nước gọi là cây "cà bắp": sóng lá làm dây - lạt - buộc rất chắc, tàu lá dùng để chằm nón. Lá dừa nước non dùng làm gàu để múc nước. Lá dừa nước hơi già một chút dùng làm nón đội đi làm ruộng, làm nón đậy nồi xôi, nồi nấu bánh Tét. Nhiều nơi còn làm nón đậy mái chứa nước mưa, đậy lu, đậy khạp...

Phần dưới chân cây lá dừa nước gọi là bập dừa, cũng không bỏ. Róc lấy vỏ chẻ thành sợi nhỏ, phơi khô làm dây, gọi là dây lạt dừa, dùng làm dây lợp nhà, se đánh lại làm dây cột trâu, cột ghe, cột bồ chứa lúa hột.

Bập dừa nhẹ xốp và nổi trên mặt nước, nên được dùng để làm phao rọng cá, rọng tôm. Con nít nhà quê thường ôm bập dừa tập bơi, tắm sông, lâu ngày đứa nào cũng biết lội giỏi như con rái chớ đâu cần ai dạy, ai tập như trẻ con ngày nay.

*

Cái áo tơi làm ra chỉ có một cỡ, một size; ngày nay kêu là *one size fit all*. Chọn nhánh lá dừa nước "không non không già" để làm, cho áo tơi xài được vài mùa.

Róc tàu lá dừa nước ra thành từng tàu một. Dần lá cho thẳng, phơi độ một ngày. Áo tơi chằm rất tỉ mỉ như người ta chằm nón lá bài thơ. Những tàu lá được kết lại cũng bằng loại dây lạt cà bắp. Chằm lá chồng mí lên nhau để nước mưa không chảy vào người mặc.

Áo tơi chằm bằng lá nên không nút không khuy, và không có tay. Áo tơi choàng lấy thân người từ cổ tới đầu gối để tiện đi lại, làm việc đồng áng, chèo ghe... Mặc áo tơi phải đội cái nón lá để nước mưa không chảy qua đầu vào thân người.

*

Từ khi có mặt, cái áo tơi đeo đuổi theo cuộc đời người nông dân làm ra hột lúa cho người đời có chén cơm.

Ai ơi bưng bát cơm đầy
Dẻo ngon một hạt, đắng cay muôn phần.
(Ca dao)

Áo tơi theo ông lão nông đi canh nước ruộng, giăng câu... Cái áo tơi đưa những bà mẹ quê ra chợ, buôn gánh bán bưng tảo tần sớm hôm. Áo tơi theo bà nội bà ngoại "đi xóm"... Và khi mưa dầm gió lớn, choàng manh áo tơi ngồi bó gối trong chòi, trong nhà cũng đỡ lạnh.

Tôi còn nhớ như in những buổi sáng trời mưa, mẹ tôi đội nón lá mặc áo tơi ra ruộng hái rau bồng bồng, hái rau đắng; ra sau nhà thọc bông so đũa, tước nắm lá me non... chuẩn bị cho tô canh, bữa cơm trưa. Cả nhà bên bếp lửa còn hơi mùi thơm rơm rạ, nồi cơm gạo mới, tô canh nóng, ngon không sao tả hết được!

Nhớ những cây cầu tre lắt lẻo, có cô con gái trong chiếc áo bà ba, chịu thương chịu khó, đội áo tơi, nhún nhảy với cây đòn gánh theo nhịp cầu tre.

> *Ví dầu cầu ván đóng đinh*
> *Câu tre lắt lẻo gập ghình khó đi...*
> (Ca dao)

Nhớ làm sao hình ảnh chiếc cầu tre bắc qua con rạch, nhớ chiếc cầu tre giản dị mà dễ thương, và nhớ hình ảnh cô gái đội áo tơi. Nhớ người và nhớ cả cái áo tơi!

Làm sao quên hình ảnh những cô gái đội áo tơi, đẩy mái chèo trên sông nước, dưới cơn mưa tầm tã; và thỉnh thoảng cô dừng chèo, vuốt nước mưa trên mặt. Trông cô đẹp thêm. Con trai thích mưa để tắm mưa cho vui, còn con gái thì nhờ đi mưa mà đẹp thêm, lãng mạn, sexy hơn và dễ thương hơn. Các cô nhà quê ngày xưa thích đi dưới mưa là vậy. (?)

Nay khác rồi. Các cô gái quê không còn ai thích đi mưa. Bởi các cô lo giữ cho khuôn mặt tô môi son má phấn; sợ mưa sa làm hoen ố! Dẫu mấy hãng chế tạo son phấn đã phải phát minh ra loại kem không thấm nước (waterproof), nhưng mấy cô cũng không thích đi mưa như thôn nữ ngày xưa.

*

Chiếc áo của người Việt Nam mình vốn độc đáo lắm!

Thế cho nên mới nói cái ăn cái mặc của người xưa mang bản sắc dân tộc. Đó là chiếc áo yếm vừa che vừa mở, chiếc áo nhuộm màu chàm chất phác của người miền Tây Bắc, chiếc áo tứ thân miền Bắc, chiếc áo Bà Ba Lục Tỉnh, chiếc áo dài...

1. Chiếc áo tơi ngày xưa

Những chiếc áo Việt Nam luôn là cái ghi nhớ, gợi thương đối với những ai sống xa quê hương.

Riêng chiếc áo tơi ngày xưa, đơn sơ, mộc mạc lại luôn gợi nhớ trong tôi.

Tôi nhớ hoài cái áo tơi ngày xưa ấy. Nhớ cái áo tơi mà tôi "mặc khín" của mẹ, nó dài quá khổ mà vẫn "đẹp" làm sao. Nhớ những khi đội mưa đón mẹ đi chợ về. Nhớ lúc đội cái áo tơi đến trường làng, cái áo khín dài lệt bệt đụng đất. Sau nầy khi hơi lớn lên một chút, tôi thấy hơi mắc cỡ nên trao chiếc áo tơi lại cho mẹ giữ khi đi gần đến cổng trường...

Có thể do cuộc sống ở nông thôn mình nghèo, vốn chỉ biết có chiếc áo đen, áo nhuộm sẵn, chiếc quần đùi, chiếc xuồng ba lá, chiếc cầu tre... nên lòng tôi cứ nhớ cái áo tơi?

Tôi cũng hay nhớ những trang "tập viết" bị ướt nước mưa, bắt mẹ phải đem vô bếp hơ cho khô. Mẹ tôi hơ cho tới vàng hoe mà chưa chịu khô!

Đúng là cuộc sống nghèo làm mình nhớ dai. Giống mẹ tôi hay nhớ, hay kể những chuyện thuở hàn vi.

Cái áo tơi mang hơi người thường trùm và mặc nó.

Và tôi nhớ mùi của cái áo tơi ngày xưa như có dính tình nghĩa của mẹ tôi.

Chiếc áo tơi đã gắn bó lâu đời với người dân Việt, giờ đây không biết có ai còn mặc không?

Ngày 19 tháng 6 năm 2008

Áo bà ba tân thời.

2. Chiếc áo Bà Ba miền Nam

Người Bắc mặc váy, yếm hay áo tứ thân thường ngày, người Miền Nam thế kỷ XVIII là áo ngắn và quần dài.

Đến thế kỷ XIX đã có sự cải tiến quan trọng cho bộ y phục ban đầu ấy thành bộ quần áo có tên Bà Ba miền Nam, miền Bắc gọi Áo cánh.

Tìm gốc tích của chiếc áo bà ba là trở về mảnh đất miền Nam thuở sơ khai. Có một số giả thiết:

- Áo bà ba có nét giống cái "áo đàn ông cổ tròn và cửa ống tay hẹp" mà Lê Quý Đôn đã quy định cho dân từ Thuận Quảng trở vào ở cuối thế kỷ 18.

- Áo bà ba xuất hiện vào nửa đầu thế kỷ 19, được Trương Vĩnh Ký cách tân từ áo của người dân đảo Pénang, Malaysia (người Malaysia gốc Hoa) cho phù hợp với người Việt.

- Sơn Nam - *Văn Minh Miệt Vườn* đã cho biết chiếc áo bà ba cũng như chiếc khăn rằn thực ra phát xuất từ dân Bà Ba, là những người Mã Lai lai Tầu. Họ thường làm nghề lập rẫy mía nên mặc loại áo ngắn cho dễ làm việc. Dân Mã Lai ảnh hưởng văn minh Hồi giáo nên chiếc khăn rằn của họ cũng phát xuất từ vùng Trung Đông địa bàn của Hồi giáo.

Áo bà ba không cổ. Thân sau may bằng một mảnh vải nguyên, thân trước gồm hai mảnh, ở giữa có hai dải khuy cài chạy dài từ trên xuống. Áo chít eo, xẻ tà vừa phải ở hai bên hông. Độ dài của áo chỉ trùm qua mông, gần như bó sát thân. Áo kết hợp với chiếc quần đen dài chấm cổ chân hoặc gót chân đã làm đẹp thêm hình hài vóc dáng của người phụ nữ với chiếc lưng ong nhẹ nhàng, thanh thoát, mềm mại.

Áo bà ba cổ điển: thẳng và rộng. Người nông dân ngày xưa thường vận bộ bà ba đen đi đồng, bởi nó vừa sạch, vừa dễ giặt giũ. Vải may là loại vải ta, vải ú, vải sơn đầm... rất mau khô sau khi giặt. Bên cạnh đó, chiếc áo bà ba được xẻ ở hai bên hông làm cho người mặc cảm thấy thoải mái. Thân trước, gần vạt áo có thêm hai túi to khá tiện lợi cho việc đựng những vật dụng nhỏ như thuốc rê, diêm quẹt, tiền bạc... Chính nhờ tính tiện dụng và sự thoải mái đó, chiếc áo bà ba được cả nam lẫn nữ ở đồng bằng sông Cửu Long mặc cả lúc đi làm, đi chợ, đi chơi. Riêng lúc đi chơi, họ thường chọn màu sắc nhẹ hơn như màu trắng, màu xám tro. Còn các cô, các bà thì chọn màu mạ non, xanh lơ nhạt... với chất liệu vải đắt tiền hơn như the, lụa.

Những năm 1960-1970, **áo bà ba truyền thống** được phụ nữ thành thị cải tiến, vừa dân tộc, vừa đẹp và hiện đại hơn. Áo bà ba hiện nay không thẳng và rộng như xưa, mà được may hẹp, nhấn thêm cơ bụng, cơ ngực cho ôm sát lấy thân hình.

Ngoài ra, người ta còn sáng tạo các kiểu chắp vai, cổ tay, cửa tay, riêng các kiểu bâu (cổ) lá sen, cánh én, đan tôn... là được tiếp thu từ kiểu y phục nước ngoài. Các kiểu ráp tay cũng được cải tiến. Từ kiểu may áo cánh xưa, liền thân với tay, người ta nghĩ tới cách ráp tay rời ở bờ tay áo. Trong những năm 1970, miền Nam phố biến kiểu ráp tay raglan, đã tạo nên vẻ đẹp hiện đại cho chiếc áo dài bà ba truyền thống. Với kiểu vai raglan này, hai thân áo trước và sau tách rời khỏi vai và tay áo, trong khi tay và áo lại liền từ cổ tới nách. Áo Bà ba vai raglan chỉ cần may khít, vừa vặn với eo lưng, không quá thắt như kiểu áo trước đó. Tay áo dài hơn nhưng hơi loe, có khi người ta bỏ cả hai túi ở vạt trước để tạo cho thân áo nhẹ nhõm, mềm mại hơn.

So với các trang phục truyền thống thì áo bà ba Miền Nam là bộ trang phục đơn giản nhất. Sự khiêm tốn này phù hợp với quan điểm sống của người Lục Tỉnh luôn đề cao sự giản dị, làm nao lòng bao lữ khách.

Áo Bà ba cách điệu cái đẹp thuần khiết, sắc màu dung dị đang mai một dần đi.

Cổ tròn, cổ trái tim vốn là đặc trưng của áo bà ba nhưng giờ đây dưới bàn tay biến tấu của các nhà thiết kế hoặc do sở thích cá nhân, cổ áo khi thấp, khi cao, khi trễ nải, lúc hình vuông, hình lá, lúc khoét rộng hở hang. Độ dài rộng ngắn hẹp của áo ư? Tùy thích!

Đặc điểm của miền đất phương Nam nhiều sông nước, thừa nắng gió nên phải chít eo và xẻ tà thấp thôi để dù có đi làm hoặc đi chơi nắng gió sông nước chỉ đủ làm tung nhẹ tà áo mà không để làm mất đi vẻ e ấp kín đáo của người phụ nữ.

Nhưng giờ đây người ta chít eo cao lên, vạt áo xẻ thật dài, xẻ thật cao gần về phía nách. Chắc để hở chút eo, chút lườn cho bắt mắt chăng?

Y phục xưa thường nhuộm màu đen, nâu bằng lá bàng, vỏ cây đà, cây cóc hoặc trái mặc nưa. Từ một bộ bà ba đen ban đầu, theo thời gian sở thích và nếp sinh hoạt thay đổi dần dần nó được hoàn thiện thêm với đủ các cung bậc trầm bổng của màu sắc, họa tiết, hoa văn.

Theo thời trang trên sân khấu, màu sắc áo bà ba hòa nhịp cùng tiết điệu của cuộc sống hiện đại năm châu. Nhung lại cũng có không ít mẫu mang những kiểu dáng, pha lẫn họa tiết, màu sắc, được cải biến một cách tùy tiện nếu không muốn nói là lố lăng, làm giảm thậm chí mất đi cái đẹp tự thân của bộ bà ba truyền.

Chất liệu

Khí hậu miền Nam nắng nóng quanh năm nên áo được may bằng chất liệu mềm, mát, thanh mảnh, nay được may bằng những gấm những nhung.

Chiếc Áo Bà Ba trong nhạc

PHẦN V • MỘT THỜI ĐỂ NHỚ
2. Chiếc áo Bà Ba miền Nam

Áo Bà Ba cổ trái tim

> Chiếc áo bà ba trên dòng sông thăm thẳm
> Thấp thoáng con xuồng bé nhỏ mong manh
> Nón lá đội nghiêng tóc dài con nước đổ
> Hậu Giang em vẫn đẹp ngàn đời
> Nhớ chiếc xuồng xưa năm nào trên bến cũ
> Thương lắm câu hò réo gọi khách sang sông
> Áo trắng xuồng đưa mắt cười em khẽ gọi
> Người thương em vẫn đợi chờ

ĐK:

> Đẹp quá quê hương hôm nay đẹp vô ngần
> Về Sóc Trăng hôm nay khai điệu lâm thôn
> Đàn én chao nghiêng xôn xao mùa lúa nhiều
> Về bến Ninh Kiều thấy chàng đợi người yêu
> Em xinh tươi trong chiếc áo bà ba
> Em đi mau kẻo trễ chuyến phà đêm
> Qua bến bắc Cần Thơ.
> Hậu Giang ơi nước xuôi xuôi một dòng
> Dẫu qua đây một lần, nói sao cho vừa lòng,
> nói sao cho vừa thương...

Chiếc áo bà ba một nắng hai sương trên những chuyến đò ngang, thấp thoáng bên những rặng dừa, hay tung bay hai tà trên những chiếc cầu tre lắt lẻo theo điệu hò điệu lý...

Nhắc đến áo bà ba người ta nghĩ ngay đến vẻ đẹp thuần hậu, mộc mạc, dịu dàng của người phụ nữ phương Nam.

3. Chiếc bàn ủi của mẹ ngày xưa

Mẹ già như chuối ba hương,
Như xôi nếp một, như đường mía lau.
  (Ca dao)

Cái bàn ủi bà con ngoài Bắc gọi là cái bàn là, rất quen thuộc và gần gũi với mọi người mình.

Từ ngày phải bỏ quê hương mà đi tới nay, nhiều người cũng bỏ luôn cái "thói quen" ủi áo quần bằng cái bàn ủi "con gà cồ một cẳng" ngày xưa! Thật đáng tiếc!

Bàn ủi dùng ở xứ mình đầu tiên có thể đến từ bên Tàu. Bởi nước Tàu được xem là nơi "phát minh" ra cái bàn ủi sớm nhứt. Ngay từ thế kỷ thứ 1 trước Công nguyên, người Tàu đã biết bỏ than nóng vào nồi, dùng như cái bàn ủi, để làm thẳng áo quần và các sản phẩm bằng tơ lụa của họ vào thời đó.

*

Còn nhớ lúc Ba tôi mất, một mình mẹ tôi phải lo liệu tảo tần, chuyện lớn đến chuyện nhỏ. Hồi đó nhà phải chạy giặc, hoàn cảnh tuy khó khăn nhưng riêng phần tôi thì vẫn được mẹ cho tiếp tục đi học.

Do hoàn cảnh, nên tôi không có được nhiều sự dỗ dành và nuông chiều của mẹ như bao đứa trẻ đồng lứa trong xóm, có cha mẹ đầy đủ! Bù lại tôi có nhiều kỷ niệm với mẹ tôi, những kỷ niệm khó quên trong đời.

Đúng là khó quên. Bởi tới nay tôi còn nhớ như in: nhớ vắt cơm nếp, vắt cơm tẻ, tán đường chảy, mấy con tôm rang muối còn nguyên đầu đuôi... mà mẹ tôi tự tay đặt vào cái giỏ tre cho tôi đem theo đi học vào mỗi buổi sáng tinh mơ. Nhớ những cắc bạc mà mẹ nhét vào túi áo để tôi mua cà rem ăn như mấy đứa bạn cùng lớp. Nhớ bộ đồ bà ba trắng, cái nón nỉ đen mẹ sắm cho vào ngày khai trường, ngày tết, vân vân.

Và tôi cũng nhớ hoài cái bàn ủi cổ lỗ xỉ, tròn như cái gáo múc nước, mà mẹ trao cho tôi ngày từ giã nhà lên tỉnh học; mà theo lời bà là để "ủi đồ mặc với người ta". Năm đó tôi trúng tuyển vào trường tiểu học nam Tỉnh Ly Gò Công. Và đó là lần đầu tiên trong đời tôi thấy cái bàn ủi.

Thuở đó quê tôi nghèo lắm! Gia đình nào có chiếc bàn ủi trong nhà thì được xem như nhà có tiền, nhà giàu lắm. Nhà tôi nào phải là nhà giàu nhưng tôi không biết cái bàn ủi mẹ tôi lấy ở đâu ra. Sau nầy tôi mới biết: đó là cái bàn ủi của Bà Ngoại cho mẹ khi về với Ba. Mẹ nói "Ông ngoại mày hồi xưa làm Ông Quản, nhà giàu lắm".

Đó là chiếc bàn ủi "cũ xì cổ lỗ xỉ và nhỏ xíu". Tôi đoán, chiếc bàn ủi nầy chắc làm từ cuối thế kỷ XIX, dành cho các quan chức thời Nguyễn, hay cho nhà quý tộc, chớ không phải cho hạng thứ dân.

Bàn ủi của mẹ tôi có hình dạng lạ kỳ lạ. Hình tròn, phần cán giống cái gáo múc nước ở nhà quê, đáy phẳng, bằng thau/đồng, có in chữ thọ chữ vạn (?), có hoa văn cầu kỳ. Bàn ủi không có nắp đậy nên than có thể văng ra ngoài làm cháy đồ nếu ủi không nhẹ và khéo tay. Tay cầm bàn ủi được tra vào bên hông bàn ủi thay vì tra ở trên nắp như bàn ủi ngày nay. Tay ủi bằng gỗ dài độ gang tay, được trau chuốt công phu.

Cái bàn ủi nhỏ nhắn hình tròn, đáy cũng tròn, không dầy nên không đủ nặng như bàn ủi bây giờ, và thích hợp với áo quần ngày xưa, may bằng tơ lụa nhẹ và mỏng của người quyền quý.

Ngày đó quê tôi người ta dùng gáo dừa để đốt làm than nướng cá, nướng bánh bông lan và nhứt là nướng bánh phồng ngày tết.

Và hôm nào tôi cần ủi đồ, mẹ tôi cặm cụi đốt mấy cái gáo dừa thành than đỏ rực rồi gắp từng mảnh than cháy đỏ bỏ vào bàn ủi.

Gia tài của tôi bấy giờ chỉ có hai cái áo sơ-mi cụt tay cổ lật, hình như may bằng vải cotton thô màu trắng. Bàn ủi đáy tròn rất khó ủi len lách vào những chỗ hẹp như nách áo, bâu áo. Bàn ủi quá nhỏ nên chứa có mấy cục than gáo dừa thì đã đầy rồi. Phun nước lên áo, chà tới chà lui, rồi phun nước nữa! Ủi qua ủi lại hoài hết chỗ nầy tới chỗ kia mà cái áo không chịu hết nhăn! Và ủi thế nào cũng không vừa ý!

Bàn ủi không có lỗ thông hơi nên mau nguội! Lần nầy mẹ tôi châm thêm than và bà phải dùng ống thổi lửa thổi cho than đỏ.

Hôm đó, lần đầu tiên tôi ủi đồ, cả buổi hôm đó tôi tập phun nước, tập chà, tập xếp cái áo sơ-mi. Mồ hôi ướt cả người hai mẹ con, nhưng chừng như mẹ tôi vui lắm, còn tôi thì lấy làm đắc ý lắm vì mình sẽ được mặc đồ ủi như mấy thằng bạn ở ngoài tỉnh ly...

*

Thuở đó trong cả xóm chỉ có nhà tôi có cái bàn ủi. Và chiếc bàn ủi "cũ xì cổ lỗ xỉ nhỏ xíu" của mẹ tôi trở nên nổi tiếng trong xóm. Thỉnh thoảng có người đến mượn để ủi đồ "đi xóm", đi đám cưới. Trong những ngày giáp Tết thì chiếc bàn ủi hình như không ngày nào có mặt ở nhà, hết nhà nầy tới nhà kia mượn, có người còn phải dặn trước để ủi đồ mặc đi chợ tết.

Còn "Cái ống thổi lửa" ngày xưa với tôi thật là kỳ thú! Cái ống thổi lửa là dụng cụ dùng để thổi cho lửa mau bén thay vì phải quạt. Thuở đó bếp nấu cơm được kê bằng ba cục đất gọi là ông Táo, có người mua bếp ông Ông lò, bếp "cà ràng" bằng đất nung đỏ làm ở miệt Lái Thiêu.

Củi đốt gồm các loại cây tạp, gặp ở đâu đó là cứ chặt về, phơi khô để dành. Tất cả cái gì đốt được đều dùng làm củi. Người ở chợ, ở tỉnh thành ai dùng "lò ràng" thì xài củi đước Cà Mau, ai xài than đước phải dùng bếp Ông lò nấu than. Người nghèo dùng lò nấu bằng "mạt cưa" cho rẻ.

Cái ống thổi lửa thông thường làm bằng một đoạn cây tre/trúc rỗng một, dài độ hai hoặc ba gang tay. Càng dài càng tốt. Chỉ cần kê miệng vào một đầu ống mà thổi, đầu kia để vào gần củi đang mới nhóm cháy. Cứ thế mà thổi phù phù thay vì phải quạt "phành phạch" vào cái bếp lò. Và cái ống thổi lửa với tôi hồi nhỏ thật là kỳ diệu!

Cái ống thổi của mẹ tôi chắc dùng lâu ngày lắm nên đã lên nước bóng láng, và đầu ống kia vì cứ bị cho sát vào lửa nên bị cháy xém đen thui.

Sau nầy tôi mới biết ngoài cái thổi lửa làm bằng trúc còn có cái ống thổi bằng đồng / thau nữa.

Cho tới sau nầy, cái bếp dầu hôi xuất hiện thì cái bếp ông Táo và ống thổi lửa đã đi vào quên lãng. Cuộc sống ngày càng khấm khá, ai nấy thường hay quên những thứ tầm thường như cái ống thổi lửa ngày xưa!

Rồi đến bàn ủi con gà cồ một cẳng.

Theo ngày tháng tôi trở thành học sinh trung học và được mẹ cho tiền mua cái bàn ủi con gà cồ một cẳng. Con gà cồ một cẳng được gắn trước mũi bàn ủi dùng làm cái chốt khóa/mở nắp bàn ủi. Nhưng hình ảnh con gà

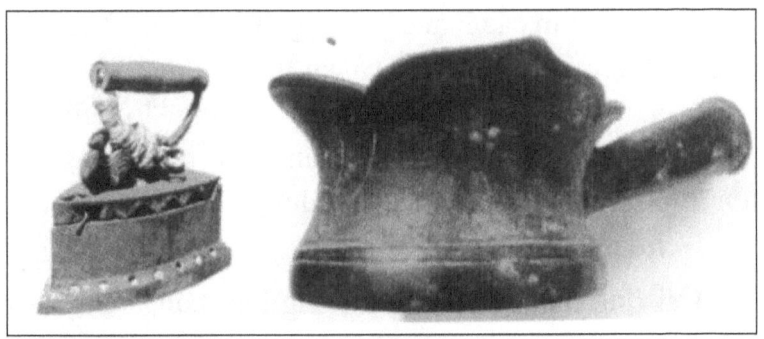

Bàn ủi con gà cồ một cẳng - và Bàn ủi ngày xưa.

cồ đứng một cẳng thật là quen thuộc lại "có cảm tình" với tôi và với mọi người mình, đối với ai từng xài bàn ủi như tôi.

Phải nói là những người thợ đúc đồng thau làm nên cái bàn ủi với con gà cồ một cẳng có kiểu dáng vừa đẹp vừa thích hợp với thị hiếu và tâm lý người mình. Phải chăng vì thế mà cái bàn ủi con gà cồ một cẳng không có gì thay thế được.

Mãi cho tới ngày cái bàn ủi điện ra đời thì nó mới chịu nhường chỗ!

Chiếc bàn ủi có cái chốt con gà cồ một cẳng cũng đã theo bao người Việt mình từ tấm bé, cho nên tới nay đều không còn ai xài nữa nhưng không sao mà quên được! Chuyện cái bàn ủi con gà cồ đúng là như chuyện cổ tích Việt Nam!

Rồi theo thời gian, bàn ủi điện ra đời và thông dụng ở Việt Nam. Tôi bỏ cái bàn ủi con gà, dùng bàn ủi điện hồi nào? Không nhớ!

Chỉ biết theo lịch sử, thì ngày 6-6-1882, Ông Henry W. Seeley ở New York đăng ký bằng sáng chế mẫu bàn ủi sử dụng nguồn điện để làm nóng. Đến năm 1892, hai công ty Crompton và General Electric tung ra thị trường mẫu bàn ủi sử dụng điện trở. Cho đến những năm đầu thập niên của thế kỷ 20 thì bàn ủi điện có hơi nước ra đời.

Bàn ủi điện không sống thọ như bàn ủi than con gà cồ của ta, mà chỉ sống cỡ 500 giờ sử dụng. Bàn ủi điện dưới đây bằng gang mạ crôm, phẳng, nhiệt độ ổn định đến 120 độ C nên ủi đồ phẳng hơn ủi than. Nay người ta chế ra bàn ủi có phun hơi nước, phun sương khỏi chê.

*

Nói chuyện cái bàn ủi nhắc nhớ chuyện học hành ngày xưa đến với tôi tự nhiên như mỗi năm người ta thêm một môi. Và cái bàn ủi có mặt trong đời sống học trò, rong ruổi theo tôi từ tỉnh lên Sài Gòn.

Lâu rồi từ ngày phải bỏ quê hương mà đi tới nay, nhiều người trong đó có tôi nữa, đã bỏ cái "thói quen" ủi áo quần bằng cái bàn ủi "con gà cồ một cẳng" vào mỗi cuối tuần.

Nay nhắc lại chuyện cái bàn ủi con gà cồ một cẳng như chuyện cổ tích ngày xưa.

Từ cái bàn ủi "cũ xì cổ lỗ xỉ và nhỏ xíu", cái ống thổi lửa, tới cái bàn ủi con gà cồ một cẳng không chỉ là kỷ niệm khó quên mà còn là hình bóng mẹ tôi ngày xưa ấy.

Ngày 24 tháng 10 năm 2008

4. Chiếu Cà Mau

Giường lèo mà trải chiếu mây,
Làm trai hai vợ như dây buộc mình.

(Ca dao)

Ngày xưa cứ vào độ cuối năm, lúc lúa ngoài đồng vừa nặng hột và trời bắt đầu hơi se lạnh, thì ở làng quê Lục Tỉnh xuất hiện mấy người Miên/Chăm "đội chiếu Cà Mau trên đầu", đi vào từng xóm rao bán. Không ai biết ai mà họ bán chịu, qua Tết trở lại thâu tiền!

Năm đó trúng mùa, mẹ tôi đặt một đôi Chiếu Bông và đôi Chiếu Cổ theo kích thước và màu sắc riêng do bà chọn. Bà nói: Để "ăn Tết" với người ta!

Hồi đó sống dưới quê, nhà chỉ dám xài chiếu trắng. Sáng nào ngủ dậy, mẹ cũng dặn phải cuốn chiếu lại đem cất trong buồng (phòng ngủ). Thỉnh thoảng thấy mẹ đem chiếu phơi nắng. Còn chiếu Bông bà để dành, chỉ trải khi nhà có khách hoặc có lễ tiệc.

PHẦN V · MỘT THỜI ĐỂ NHỚ
4. Chiếu Cà Mau

Chiếu có mặt trong mọi gia đình người Việt Nam mình từ lâu lắm rồi.

Chiếc chiếu tuy là vật vô tri, vật dùng để trải, đã trở thành vật có tâm hồn, đi vào trong tâm thức của người Việt Nam chúng ta qua tục ngữ ca dao:

- *Buồn ngủ gặp chiếu manh.*
- *Chiếu bông mà trải góc đền,*
Muốn vô làm bé, biết có bền hay không?

Thuở mới sanh ra chúng ta đã được mẹ đặt nằm trên chiếc chiếu manh và từ đó chiếc chiếu trở thành vật gần gũi gắn bó với từng cặp vợ chồng cho đến ngày răng long tóc bạc.

Chiếu được người đời đặt cho nhiều tên gọi khác nhau, tùy theo vật liệu làm ra, tùy theo kích thước, tùy màu sắc, và tùy theo chiếc chiếu dùng vào việc gì, vân vân.

Dệt chiếu thủ công.

Như: Tên *chiếu Lác* là chiếu đan bằng sợi lác có nhiều ở Cà Mau và Lục Tỉnh. Gọi là *chiếu Trắng* là chiếu đan bằng sợi lác có màu "trắng xanh" tự nhiên, không nhuộm màu.

Chiếu Bông là chiếu đan bằng những sợi lác tốt, sợi màu trắng đan xen kẽ với những sợi nhuộm màu xanh đỏ, tạo nên những hoa văn, bông hoa, hình ảnh với đường nét sắc sảo, xài lâu cả 3, 4 năm và đặc biệt không phai màu. Có loại chiếu Bông rẻ tiền, là chiếu đan bằng lác thường, có in lên hình ảnh, bông hoa (thay vì đan xen những sợi lác nhuộm màu sẵn), nên đường nét lem nhem, mau bay màu, giá rẻ và xài không bền. Các bậc ông bà cha mẹ ngày xưa thường sắm sửa cho cặp vợ chồng mới cưới một cặp chiếu Bông có hình đôi chim Loan Phượng hay có hai chữ Song Hỷ, như ước mong cho hai trẻ sống tâm đầu ý hợp (loan phượng) hoặc vui vẻ bên nhau (song hỷ) trọn đời!

Chiếu Mây là chiếu đan bằng dây mây chẻ nhỏ - mịn như sợi lác. Còn chiếu Gon là chiếu dệt bằng một loại lá gon (thường dùng đan chiếu, đan buồm, đan bao…) ở ngoài Bắc.

- Ả ở đâu bán chiếu gon
Chẳng hay chiếu ấy hết hay còn
Xuân xanh nay được chừng bao nả
Đã có chồng chưa được mấy con.
*

- Tôi ở Tây Hồ bán chiếu gon
Can chi ông hỏi hết hay còn

> *Xuân xanh nay được trăng tròn lẻ*
> *Chồng còn chưa có, có chi con.*
> (Giai thoại Nguyễn Thị Lộ và Nguyễn Trãi)

Chiếu Manh (Buồn ngủ gặp chiếu manh), là chiếu cũ và đã rách, thuở xưa người nhà nghèo thường dùng trải ăn cơm, trải trên đất, trải võng cho em bé, hoặc trải giường cho người bịnh người sanh đẻ, vân vân. Nay người thợ có làm chiếu manh, dệt khổ nhỏ, cỡ: 60 cm x 80 cm.

Chiếu Cỗ là chiếu dệt khổ nhỏ mà dài, khổ chừng 0.50m x 1.80m, đặc biệt chỉ dùng để trải trước bàn thờ, hoặc dùng dọn mâm cỗ cúng trong các lễ nghi gia đình và chùa đình miếu. Chiếu cỗ còn được trang trọng dùng trải lên trên chiếu Bông để dọn cỗ đãi khách trong những bữa tiệc sang trong. Ngày xưa, nhà có tiền, trong dịp có lễ lộc chủ nhà đem những chiếc chiếu Bông đẹp nhứt, với chiếc chiếu cỗ tốt nhứt trải ra, mời những người có chức sắc trong làng ngồi lên để ăn uống.

Chiếu Cà Mau:
từ đời thường đến chiếu tân hôn

Cà Mau nguyên là lãnh thổ của người Phù Nam, sau đó thuộc Thủy Chân Lạp, vương quốc Cao Miên. Cuối thế kỷ 17, Mạc Cửu được Chúa Nguyễn cho đến ở vùng Hà Tiên tập hợp đám quân phản Thanh phục Minh cùng lưu dân lập nên 7 xã trong đó có Cà Mau. Tên Cà Mau do tiếng Miên là "Tuk - Khmâu" nghĩa là vùng nước đen.

Cà Mau là xứ đầm lầy ngập nước, có nhiều cây lác mọc tự nhiên và hoang dã. Nên thuở xưa có câu ca dao:

> *Cà Mau là xứ quê mùa*
> *Muỗi bằng gà mái, cọp tùa* bằng trâu.*

(*tùa: tiếng Tiều Châu, là: "lớn": "tùa hia" nghĩa là "anh lớn, anh Hai, anh Cả, đại huynh")

Thế rồi từ những cọng lác, ai đó có sáng kiến dệt nên những chiếc chiếu dùng để xài trong gia đình hoặc gởi cho con cháu như là món quà Cà Mau. Theo thời gian, chiếu theo ghe thương hồ lên tận Sài Gòn, chiếu cùng đi khắp vùng Lục Tỉnh rồi rong ruổi khắp các nẻo đường đất nước. Và chiếu dự phần trong đời sống thường của từng gia đình người mình một cách lặng lẽ như bao vật dụng khác trong nhà.

Cho tới khi bài ca vọng cổ "Tình anh bán chiếu" của soạn giả Viễn Châu được nghệ sĩ Út Trà Ôn thâu vào đĩa hát máy, thì "chiếu Cà Mau" đã thật đi vào tâm tư tình cảm và đánh động hàng triệu con tim người mình.

> *Chiếu Cà Mau nhuộm màu tươi thắm,*
> *công tôi cực lắm mưa nắng dãi dầu.*
> *Chiếu này tôi chẳng bán đâu,*
> *tìm em không gặp…*
> *tìm em không gặp, tôi gối đầu mỗi đêm...*

Chiếu Cà Mau xưa và nay

Cà Mau cách Sài Gòn 380 km đường bộ. Từ Cà Mau bạn có thể đi đến khắp vùng đồng bằng sông Cửu Long,

Nụ cười cô bán chiếu.

đến Sài Gòn dễ dàng nhờ các sông lớn ở Cà Mau như sông Bảy Háp, sông Gành Hào, sông Ông Đốc, sông Trẹm... Và nhờ vậy mà chiếu Cà Mau thông thương đến khắp vùng Lục Tỉnh.

Theo người địa phương thì "cái nghề dệt chiếu đã có nguồn gốc từ miền Ngoài, truyền vào miền đất nầy khoảng từ thế kỷ 15, đời vua Lê Thánh Tôn chiến thắng Chiêm Thành". Từ đó chiếu Cà Mau sớm có mặt khắp Nam kỳ Lục tỉnh hàng mấy trăm năm, và giờ đây tại Cà Mau còn có nhiều gia đình theo nghề dệt chiếu trên 60 năm!

Trải qua bao thăng trầm của lịch sử cùng với sự phát triển các loại chiếu ni lông nhập cảng bên Tàu, nhưng chiếu Cà Mau vẫn bền bỉ tồn tại và phát triển theo cách của mình. Bởi chiếu Cà Mau dầy, lâu bay màu, nằm êm, giữ kỹ xài được 3, 4 năm.

Về Tân Thành, Cà Mau mới thấy rằng để làm ra những tấm chiếu tuy đơn sơ nhưng công lao thật vất vả biết là dường nào. Bằng những cọng lác, sợi gai và với bao công lao của người thợ nhuộm, thợ dệt mới cho ra những chiếc chiếu có nhiều màu sắc và nhiều kích thước khác nhau.

Nguyên liệu chánh để dệt chiếu là cây lác, bố sợi và phẩm màu. Lác tươi đem về nhà phải cạo vỏ, chẻ mỗi cọng làm 3 rồi đem phơi nắng chừng ba ngày. Cọng lác khô se nhỏ lại có màu "trắng xanh". Sau đó người ta đem nhuộm màu, thường nhuộm có 3 màu chánh là: đỏ, vàng và màu xanh con két.

Dụng cụ làm chiếu gồm có: Khung cửi, cây dập lác, cây chùi để đưa lác vào khung. Một cái bàn quay bố thành sợi trân gai để mắc từng sợi lác theo khoảng cách đều vào khung cửi.

Dệt chiếu phải có hai người. Người ngồi trên làm động tác dập cây không để những cọng lác sát vào nhau quá. Người ngồi dưới dùng cây chùi cặp từng cọng lác vào cây chùi để đưa vào khung trân gai.

Chiếu Cà Mau dệt có nhiều khổ, như: "khổ chiếc" rộng 1.2 m x dài 1.8 m, "khổ đôi" rộng 1.6 m x dài 1.8 m. Còn loại chiếu nhỏ, chiếu manh, cỡ 80 cm x 60 cm. Đặc biệt là chiếu bông, chiếu tân hôn dài tới 2 m.

Cà Mau không chỉ đặc biệt "dệt nên đôi chiếu bông có chiều dài hai thước để điểm tô nơi chốn loan phòng" mà còn dệt những đôi chiếu thường, hợp với túi tiền của những gia đình bình dân, lao động nghèo.

Tại sao ai cũng ưa dùng và thích chiếu Cà Mau?

Bởi chiếu Cà Mau dệt dầy (nặng chừng 3 kg) nằm êm lưng hơn so với chiếu các địa phương khác. Nằm trên chiếu Cà Mau bạn cảm được cái "mát rượi" khi trời nóng bức, sẽ cảm thấy "ấm áp" khi trời mưa sa gió lạnh. Nằm chiếu Cà Mau bạn còn ngửi thấy mùi thơm dìu dịu từ cây lác sợi đai, mùi hương đồng cỏ nội Cà Mau, tuyệt vời!

Bởi nghệ thuật nhuộm lác của người thợ nhuộm chiếu Cà Mau đặc biệt, làm nên những chiếu bông đa dạng vừa đẹp vừa không phai, làm nên thương hiệu chiếu Cà Mau tới nay.

Nếu như ngày xưa *"Chiếu Cà Mau nhuộm màu tươi thắm..."* thì nay chiếu Cà Mau biết kết hợp nhuộm-dệt tạo ra chiếu Bông có chữ, có hoa văn, có hình minh họa với nhiều chi tiết bắt mắt, trang trí rất tinh xảo hơn xưa nhiều lắm.

Và nếu xưa ghe chiếu Cà Mau chỉ *"cắm sào trên dòng kinh Ngã Bảy"* thì ngày nay chiếu Cà Mau theo ghe tàu, quá giang xe đò, thậm chí còn ngồi máy bay đi từ Nam ra Bắc và còn ra cả ngoại quốc nữa...

*

Hởi ôi, con sông Phụng Hiệp nó chảy ra bảy ngã,
mà sao lệ của tôi nó cũng lai láng muôn dòng.
Có ai hiểu được tấm lòng của tôi

Ghe bán chiếu.

với cô gái mỹ miều trên kinh Ngã Bảy.
Sông sâu bên lở bên bồi,
tình anh bán chiếu trọn đời không phai.

Làm nghề dệt chiếu không giàu, chỉ kiếm được đủ miếng cơm tấm áo và đủ nuôi sống mình, nhưng mà vui… như người con gái dệt chiếu Cà Mau tâm sự.

Và bởi vì không phải dầm mưa dãi nắng nên con gái dệt chiếu Cà Mau nổi tiếng là xinh đẹp, đặc biệt "trắng trẻo nguyên sơ" như chiếu Cà Mau. Thật dễ thương!

Dễ thương nên mãi mãi "Tình anh bán chiếu trọn đời không phai"…

Little Saigon, ngày 31 tháng 8 năm 2008

5. Con Heo Đất Ngày Tết

Từ lâu người mình có lệ dùng con heo bằng đất để tặng con cháu, như là dụng cụ để dành tiền, gọi là để "bỏ ống heo".

Con heo, từ Nghệ Tỉnh trở ra gọi là con lợn, Quảng Trị trở vào gọi là con heo, nhưng cả nước gọi là heo đất (không ai gọi là lợn đất!)

"Bỏ ống heo" mang ý nghĩa là tập cho trẻ con biết tiết kiệm, thể hiện lối sống của tổ tiên. Từ khi có được con heo đất, trẻ con tập để dành một phần tiền ăn quà của mẹ cho, tự tay bỏ vào bụng con heo đất. Tiền một khi bỏ vào rồi không lấy ra được. Đến ngày nào khi con heo no đầy, đập heo ra sẽ có được món tiền lớn. Người lớn, nhứt là các bà mẹ Việt Nam ngày trước cũng có thói quen bỏ ống heo để dành tiền mua sắm cho con.

Con heo là một trong 12 con vật: Tý, Sửu, Dần, Mẹo, Thìn, Tỵ, Ngọ, Mùi, Thân, Dậu, Tuất, Hợi, thập nhị chi của âm lịch. Người xưa tin là thời gian âm lịch có liên quan đến 12 con vật. Hợi là con vật đứng cuối trong bản 12 con vật. Giờ Hợi theo âm lịch là từ 21 đến 23 giờ PM, là giờ con heo ngủ say nhứt trong ngày. Không ít người mình tới nay vẫn còn tin rằng người có tuổi Hợi luôn được sung sướng, khỏi phải làm việc vất vả!

Tại sao dùng con heo đất để bỏ ống?

Theo văn hóa Việt Nam, heo là một trong 6 con vật, được nói đến trong truyện Lục Súc Tranh Công: *"Nội trong hàng lục súc với nhau, Ai sánh đặng mình heo béo tốt?"* Thịt heo là là món ăn béo tốt, rất quí hiếm bởi ngày thường ít khi được ăn. Trong văn hóa Việt Nam không coi con heo là biểu tượng của cái gì xấu xa đáng ghét. Người Việt không ai dùng hình ảnh con heo để chửi: "Cochon" hay "đồ heo" như người Pháp.

Heo là con vật được thuần hóa, nuôi trong nhà, tánh hiền nên trở thành con vật rất gần gũi với trẻ con. Từ xưa người Việt Nam đã có tập quán là nuôi heo cột trong nhà, mỗi ngày dẫn heo đi "ỉa đái", đi tắm như người Tây phương nuôi chó. Heo không có tuyến bài tiết mồ hôi, vì thế heo thích tìm nơi râm mát hay ẩm ướt nằm, nên thường được chủ nhà cột dưới gầm giường. Nhà quê, ban đêm nhiều người còn đốt khói un cho muỗi khỏi cắn heo, lót rơm lót lá chuối khô cho heo ngủ khỏi bị lạnh... Heo và người như có tình cảm, nên khi phải làm thịt hay phải bán chúng đi, nhiều người chủ khóc!

Xem như vậy, heo là con vật nuôi trong nhà, so với những con vật khác, heo là con vật có tình cảm, rất gần gũi với trẻ con. Đó chính là lý do khiến người lớn làm ra con heo đất để tập cho trẻ con lối sống tiết kiệm, bằng cách bỏ ống heo.

Ngoài ra nông dân Việt Nam thuở xưa đã có tập quán "nuôi heo bỏ ống". Bởi nuôi heo khỏi tốn tiền mua thức ăn như ngày nay!

Thật vậy. Con heo là loại ăn tạp, ngoài cám chúng có thể ăn hầu hết các loại thực vật sẵn có ở nông thôn như: chuối cây, các loại rau bắp khoai, gạo nếp hư, bã đậu, bã hèm, nhứt là thức ăn dư thừa của con người, vân vân. Heo dễ nuôi, lỡ bỏ đói một ngày cũng không sao, như câu tục ngữ:

Lợn đói một năm không bằng tằm đói một bữa.

Ở nông thôn miền Nam thuở xưa còn có lệ nuôi heo "rẻ".

Người nghèo không tiền mua heo con, có thể lãnh "nuôi heo rẻ", tức là bỏ công ra nuôi heo cho người khác. Và không biết có từ khi nào mà như đã có sự thỏa thuận bất thành văn, qui định quyền lợi việc nuôi heo rẻ, ai cũng biết cả.

Nuôi heo rẻ có thể là nuôi heo nái. Người bỏ công nuôi được chia một con heo con lứa thứ nhứt. Đến lứa sau có thể được chia hai con (heo nái đẻ thường từ 6 đến 12 con, thời kỳ mang thai ngắn, trung bình là 114 ngày).

Nông thôn miền Nam có lệ nuôi heo để chia thịt ăn Tết.

Theo lệ là hằng năm trong xóm phân công một người đại diện lãnh phần nuôi con heo để chia ăn Tết. Một người bỏ công nuôi, những người còn lại góp tiền mua heo con và hùn thức ăn. Cuối năm đến ngày đưa Ông Táo, heo làm chia ra theo sự thỏa thuận và tương nhượng nhau. Lối nuôi heo nầy vẫn còn ở nông thôn miền Nam trước năm 1975.

Dầu nuôi heo dưới hình thức nào, người lãnh phần nuôi ai nấy đều cố làm sao cho con heo mình lãnh nuôi được mau lớn để được tiếng khen.

Trong ý nghĩa đó, người lớn làm ra Con Heo Đất để dạy con cái lối sống tiết kiệm.

*

Con heo đất trên lưng có một cái khe để bỏ tiền vào, cái khe không đủ lớn để thò ngón tay vô lấy tiền ra. Heo đất được làm bằng đất sét mập phì, sơn màu đỏ, có hoa văn, trông dễ thương nên rất hấp dẫn con nít xưa nay.

Không rõ ai là người chế ra con heo đất đầu tiên? Nhưng chắc chắn phải là những người thợ đồ gốm ở Lái Thiêu - Bình Dương. Bởi ngày nay nếu có ai về thăm các lò heo đất ở thị trấn Lái Thiêu, sẽ phải choáng ngợp bởi cơ man là heo đất. Đến đâu cũng gặp heo đất chất như núi, chờ ngày xuất xưởng cho kịp giao hàng.

Tại lò heo đất, hàng chục người thợ đàn ông mình để trần hì hục nhồi đất, cho vào khuôn rồi đưa vào lò nung.

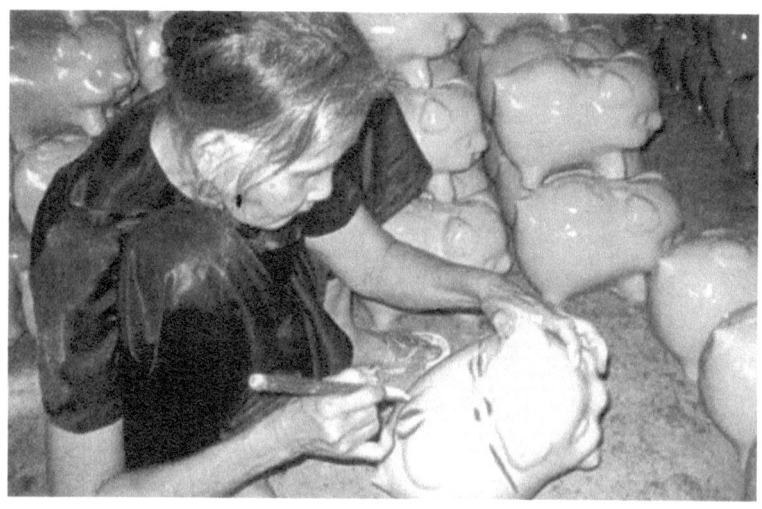

Vẽ hoa văn, tạo hình trên con heo đất.

Đàn bà con gái pha màu, trét bột và tô vẽ cho con heo được đẹp. Con heo đất sau khi qua bàn tay của các cô gái trở nên ngộ nghĩnh, người lớn cũng thích huống cho trẻ con. Nhìn người thợ làm heo đất như giỡn chơi, vừa làm vừa chơi, bởi họ làm ra món đồ chơi nên không ai toan tính như các nghề khác?

Lái Thiêu coi như độc quyền sản xuất heo đất, bởi heo đất Lái Thiêu rất chắc, ít bể và có bí quyết pha, tô màu riêng, làm cho trẻ con thích, những nơi khác không thể nào "nhái" được. Heo đất Lái Thiêu trở thành thương hiệu.

Con heo đất Lái Thiêu ra đời hồi nào?

Trong thế kỷ 17-18, vùng Bình Dương-Lái Thiêu là nơi định cư của nhiều dân triều Minh chạy trốn triều

Thanh, phần đông làm nghề gốm. *Bởi theo sử liệu thì năm 1679, khi ba ngàn quân của Dương Ngạn Địch và Trần Thượng Xuyên-tức người nhà Minh không đầu phục nhà Thanh-đã vượt biển sang nước ta, được Chúa Nguyễn giao cho Dương Ngạn Địch khai phá đất Mỹ Tho và Trần Thượng Xuyên khai phá đất Đồng Nai, và từ đó cho đến sau cuộc khởi nghĩa Tây Sơn thì Trần Thượng Xuyên chỉ định cư và phát triển vùng Cù Lao Phố. Thế hệ ấy được gọi là Người Minh Hương, khác với các thế hệ người Hoa có mặt trên đất Nam kỳ sau này.* (Theo Từ điển Bách khoa Toàn thư)

Đất Lái Thiêu không những thích hợp cho loại cây ăn trái mà còn là đất nguyên liệu của gốm, nên Lái Thiêu từ lâu là làng gốm truyền thống miền Nam.

Giả thuyết cho rằng nhóm người Hoa đầu tiên là hậu duệ của Trần Thượng Xuyên, người Minh Hương, ở Đông Phố Biên Hòa là chủ nhơn của gốm Bình Dương. Tới nay hàng năm vào ngày 16 tháng Giêng và 16 tháng 7 âm lịch, người Hoa ở Bình Dương còn giữ tục lệ cúng lễ Tổ nghiệp gốm ở miếu Ông Bổn.

Heo đất ra đời vào thời kỳ gốm Lái Thiêu không tráng men.

Khởi thủy sản phẩm gốm ở đây chỉ là các loại dụng cụ gia đình bằng đất nung thô sơ, có màu đỏ gạch như: cái bếp cà ràng, nồi xoong đất dùng nấu cơm, nấu canh, kho cá; là cái lu, khạp, hũ, mái chứa nước, vân vân. Nguyên liệu chính lấy từ loại đất đen, đất cát có ở Lái Thiêu, và bùn lấy dưới sông Sài Gòn, trộn lẫn với nhau.

Có thể con heo đất ra đời vào thời kỳ nầy.

Sau nầy mới có sáng kiến dùng đá ong, đặc trưng của Bình Dương, đem xay mịn, lọc lấy tinh bột pha với đất bùn và tro trấu, đổ chung vào nước, đánh lên tạo thành một dung dịch sền sệt, gọi là men, tưới đều lên đồ gốm trước khi cho vào lò nung. Từ đó cái khạp, lu, siêu nấu nước, tô, chén, dĩa có men màu da bò, da lươn, màu cứt ngựa, được ưa chuộng tới nay.

Những con heo đất bằng gốm nguyên thủy (không tráng men) mãi mãi không thay đổi.

*

Con heo đất như vậy ra đời cùng với đồ gốm Lái Thiêu, cách đây trên 150 năm. Vào thời ấy, nguyên liệu chánh làm con heo đất, là đất đen, đất cát, và bùn dưới sông Sài Gòn trộn lẫn với nhau. Những thợ gốm Lái Thiêu, có cách nung riêng, làm cho con heo đất vừa chắc ít bể, lại có màu sắc cùng mỹ thuật làm cho con heo hấp dẫn, bắt mắt. Và Bình Dương-Lái Thiêu coi

Những chú heo đất tại Lái thiêu.

như độc quyền sản xuất heo đất cung cấp cho trẻ con Việt Nam.

Con heo đất ngày xưa để dưới đất, bày bán chung với bếp ông lò, con heo đất thời nay ngang nhiên đi vào trong siêu thị sang trọng.

Heo đất trở thành quà lưu niệm đối với du khách người Âu Mỹ đến Việt Nam.

Với văn hóa Việt Nam, con heo đất mãi mãi là dụng cụ bỏ ống để dạy trẻ con sống tiết kiệm. Và trong ngày tết, con heo đất luôn là món quà có ý nghĩa đối với trẻ con. Với người Việt lớn tuổi, con heo đất là hình ảnh tuổi thơ vô cùng đẹp của mỗi chúng ta.

California, Cuối Thu năm 2008

6. Con trâu trong đời sống người Việt xưa

Con trâu xuất hiện ở nước mình từ năm nào? Chính xác thì không ai biết chắc!

Chỉ biết rằng con trâu vốn sống hoang dại -- trâu rừng được người mình thuần dưỡng thành con vật nhà như ngày nay. Trâu rừng (Bubalus bubalis) vốn có mặt ở Đông Nam Á vào cuối thời đá mới, cách nay chừng 5 - 6,000 năm. Trâu nhà nhìn chung giống trâu rừng nhưng nhỏ hơn, cũng có hai loại là trâu màu trắng gọi là trâu cò, loại trâu màu đen.

Tậu trâu, lấy vợ, làm nhà.

Sách vở thì nói rằng trâu có mặt ở nước mình kể từ thời đại vua Hùng dựng nước? Biết vậy thôi chớ chưa có gì chứng minh có tánh thuyết phục. Tuy nhiên phải công nhận rằng con trâu từ khi có mặt ở nước mình, nó trở thành một yếu tố quyết định, tạo nên nền văn minh lúa nước Việt Nam. Rồi từ đời nầy qua đời khác hình ảnh con trâu - cái cày - cây lúa như là cái gì gắn bó, gần gũi với con người Việt Nam mình.

> *Trâu ơi ta bảo trâu này*
> *Trâu ra ngoài ruộng trâu cày với ta,*
> *Cấy cày nối nghiệp nông gia,*
> *Ta đây trâu đấy ai mà quản công...*
> (Ca dao)

Trâu kéo cày, kéo bừa, cộ mạ, kéo lúa về sân, trâu kéo gỗ trên rừng... kéo lết không có bánh xe. Con trâu cũng thay bò kéo xe có hai bánh vào mùa khô. Thế nên đối với người Việt mình thời xưa, hễ có trâu là có tất cả. Ngày xưa, cái khó nhứt để lập nghiệp là tậu trâu. Tậu trâu khó hơn lấy vợ và khó hơn làm nhà! Thế mới nói Con trâu là đầu cơ nghiệp!

> *Tậu trâu, lấy vợ, làm nhà*
> *Trong ba việc ấy ắt là khó thay*
> (Ca dao)

Tìm trong lịch sử nước mình, thấy Đinh Bộ Lĩnh: cờ lau, cưỡi trâu ra trận, dẹp được loạn 12 sứ quân và lên làm vua tức Đinh Tiên Hoàng (968-980). Vua Lê Đại Hành (980-1005) phá giặc Tống một phần nhờ dùng trâu. Trâu được cho uống rượu say, lùa vào phá đội hình quân địch. Trâu còn được buộc mồi lửa sau đuôi, lùa sang trại giặc theo chiến thuật hỏa công...

Với người Việt Nam, con trâu được coi là biểu tượng của xung lực vũ trụ. Trâu tiếp sức người khơi nguồn sinh lực của Trời-Đất và tạo nên sự sống của con Người. Do

Con trâu là đầu cơ nghiệp!

vậy mà con trâu đi vào năm - tháng - ngày - giờ của âm lịch. Trong 12 con vật, thì trâu đứng thứ nhì sau chuột: Tý - Sửu - Dần - Mẹo - Thìn - Tỵ - Ngọ - Mùi - Thân - Dậu - Tuất - Hợi.

Trâu tuy sống thành đàn, nhưng từ lâu, hễ nuôi trâu lúc nào cũng phải có người chăn, gọi là mục đồng. Hình ảnh mục đồng thổi sáo trên lưng trâu trong làng quê Việt Nam đã vào thi ca và được nghệ nhân thể hiện trong tranh dân gian và điêu khắc gỗ từ thế kỷ 17-18.

Ai bảo chăn trâu là khổ
Chăn trâu sướng lắm chứ
Ngồi mình trâu, phất ngọn cờ lau
Và miệng hát nghêu ngao
Vui thú không quên học đâu
Nằm đồi non gió mát

Cất tiếng theo tiếng lúa đang reo
Em đánh vần thật mau...
(Em bé quê, Phạm Duy)

Rồi đến tục lệ Rước Mục Đồng ngày xưa đã làm cho hình ảnh chú mục đồng, hình ảnh con trâu vượt khỏi đời thường, mang thêm trong nó cái gì thần thoại linh thiêng. Lễ Rước Mục Đồng ngày xưa chỉ dành cho trẻ chăn trâu được tổ chức long trọng theo lệ vào các năm Tý, Ngọ, Mẹo, Dậu, nghĩa là cách 3 năm một lần, về sau 12 năm mới tổ chức một lần. Lễ Rước Mục Đồng ở nước mình cuối cùng được ghi nhận là vào năm Bảo Đại thứ 11 (1936).

Con trâu và em mục đồng thổi sáo.

Lễ Rước Mục Đồng diễn ra thế nào?

Chuyện kể rằng, hằng năm vào hạ tuần tháng ba âm lịch, khi vụ mùa đã xong là lúc sắp đặt cho lễ Rước Mục Đồng. Trong làng, các chức sắc trông lo việc tế lễ phải chuẩn bị một cái kiệu với hai đòn khiêng, phân công cho bốn mục đồng khỏe mạnh, bận áo dài khăn đống giữ phần khiêng kiệu. Kiệu có rèm kết bông, kết trái tươm tất. Kiệu rước Mục Đồng được bày trí như kiệu rước thần cúng đình, cỡ 80 x 100 cm, nóc kiệu có 4 mái.

Ngày 30/3 là lễ rước chánh thức. Lễ bắt đầu vào sáng tinh mơ ngay giữa đình làng. Sau khi dâng hương, khấn lễ. Trùm Mục (người cai quản các mục đồng) lễ phục tươm tất, trịnh trọng tiến vào nơi thờ thần nông ở hậu đình khấn vái, thỉnh bài vị thần nông đặt vào trong kiệu. Đoàn người cờ xí xếp hàng đâu vào đấy, chiêng trống lại gióng vang lên. Tất cả mục đồng hướng vào chánh điện đồng loạt chắp tay xá ba cái rồi đám rước dài lượt thượt đi qua đường làng, trong tiếng nhạc rộn rã của phường bát âm và cờ xí rợp trời giữa 2 hàng đuốc chập chờn hư ảo.

Trời vừa sáng, đám rước về đến đình làng. Sau đó là lễ đặt bài vị và lễ dâng vật cúng của dân làng. Trong lễ, mọi người ai ai cũng giữ sự cung kính trước đám mục đồng. Lễ vật xôi gà được bày trên chiếu bông trải khắp ba gian đình, ai nấy đều hoan hỷ vì tin rằng lòng thành của mình đã được thần mục đồng chứng giám. Mọi người tin rằng ngày mai, đồng ruộng sẽ tốt tươi.
(Theo website Đà Nẵng)

Con trâu đất

Truyện kể rằng ngày xửa ngày xưa, con trâu là con vật nhưng cũng biết nói và nghe tiếng con người. Người làm ruộng khi nuôi nhiều trâu đều phải mướn "thằng chăn trâu". Thằng chăn và con trâu lúc đầu rất tương đắc. Nhưng sau rồi hai bên bất bình với nhau.

Truyện kể rằng:

Có một chú mục đồng ham chơi, sợ để trâu ăn lúa, phá ruộng nên bèn cột trâu lại. Khiến trâu bị đói. Sợ trâu về mét với chủ, hắn đã dùng một mẹo là lấy mo cau áp vào bụng trâu, đoạn trét bên ngoài lớp đất bùn, rồi ung dung dắt trâu về chuồng. Chủ nhà nhìn thấy bụng trâu căng bự to tướng thì tỏ ý hài lòng. Nhờ mẹo ấy, chú mục đồng đã nhiều lần qua mắt được chủ và làm cho trâu cũng nhiều lần bị đói nên tức tối lắm.

Một hôm, cậu bé giở trò cũ, để trâu nhịn đói. Buổi chiều hôm ấy trâu định mách chủ nhưng cậu bé chăn trâu ranh mãnh dùng lời lấp liếm không cho trâu có dịp mở miệng. Đến sáng hôm sau, chủ nhà dắt trâu đi cày. Trâu bước đi không muốn nổi. Chủ giận la:

- Đi mau lên. Đồ làm biếng!

Trâu trả lời:

- Không phải tôi làm biếng, mà tại đói quá.

Chủ hỏi:

- Thế nào? Ngày nào tao cũng thấy bụng mầy căng bự mà.

Lúc ấy trâu mới khai thiệt ra cho chủ nghe đầu đuôi câu chuyện về cái bụng no nhưng "trong mo ngoài đất sét..."

Thế là sự giả dối của cậu bé chăn trâu bị bại lộ. Ngay buổi trưa hôm đó người chủ vừa cho lột những cái mo đầy bùn dưới bụng trâu vừa đánh cho cậu bé một trận về cái tội "láu cá".

Kể từ đó ngày nào trâu cũng được ăn no lại được tắm rửa sạch sẽ.

Qua ngày sau, trong lúc trâu đang ăn cỏ thì cậu bé ngồi trên bờ ruộng khóc lóc. Bỗng dưng có một ông lão hiện ra sau lưng, hỏi cậu bé vì có gì mà khóc. Hắn chỉ vào trâu mà nói:

- Tại nó cả. Vì nó mét chủ... Đoạn hắn kể cho ông lão nghe hết đầu đuôi câu chuyện.

Ông lão nghe xong dỗ dành cậu bé và nói:

- Ta rất thương con gặp phải chuyện không may. Bây giờ con muốn gì ta sẽ làm cho con. Hắn đáp:

- Vì nó biết nói làm cho con phải đòn. Bây giờ chỉ muốn làm thế nào cho nó không thể nói được nữa. Ông lão bảo:

- Khó gì! Ta sẽ có phép làm cho con vừa ý.

Ông lão bên rút trong người ra một cây nhang và làm phép thuật vào trâu, rồi bất thình lình ông lấy cây nhang cháy đó gí vào dưới cổ trâu. Trâu bị đau giựt mình cố giãy giụa nhưng không kịp. Trâu kêu rống lên khiến bị khan cả cổ. Rồi tiếng nói của trâu dần dần mất hẳn.

Sau nầy trâu chỉ còn phát ra có mỗi một tiếng "nghé ngọ..." mà thôi. Chỗ bị thương sau thành một cái sẹo như cái nốt ruồi. Từ đó trâu không nói được nữa. Cả dòng dõi trâu sanh ra sau nầy cũng đều không biết nói và cũng đều mang cái nốt ở dưới cổ mãi đến ngày nay.

*

Không biết có phải trâu có mặt ở nước mình kể từ thời đại vua Hùng dựng nước hay không? Tuy nhiên phải công nhận rằng con trâu đã tạo nên nền văn minh lúa nước Việt Nam. Nên đã từ lâu rồi con trâu gắn bó, gần gũi với con người Việt Nam mình, dầu bạn sống ở thành thị hay nông thôn. Và con trâu đã đi vào văn học nghệ thuật Việt Nam

Nhưng nay nếu có dịp về thăm lại Việt Nam, bạn sẽ bị hụt hẫng vì không còn thấy con trâu đâu nữa! Cùng với đổi thay của đất nước, chiếc máy cày đã làm cho con trâu chỉ còn lại trong trí nhớ của những lão nông, của những người lớn tuổi, của cả tôi với bạn!

Con trâu không còn trên đồng ruộng tuy chưa làm mất đi hình ảnh quê hương Việt Nam, nhưng hồn quê thì thật sự đã mất rồi trong tâm tưởng của những người tha phương như chúng ta!

Và con trâu giờ đây còn chăng chỉ là một trong 12 con linh vật: Tý - Sửu - Dần - Mẹo - Thìn - Tỵ - Ngọ - Mùi - Thân - Dậu - Tuất - Hợi.

Viết vào những ngày cuối Thu năm 2008

7. Đại Nhạc Hội Tết của người Sài Gòn xưa

Coi hát ngày Tết vừa là thú vui vừa là tập tục của người Sài Gòn, Lục Tỉnh. Không biết từ lúc nào mà người dân Sài Gòn và Lục Tỉnh có tập tục đi coi hát vào những ngày Tết âm lịch? Chỉ biết rằng vào đầu năm mới, người Sài Gòn Lục Tỉnh có cái lệ đi coi hát để lấy "Hên" đầu năm!

Thuở xưa thời hát bội thịnh hành, từ thành thị đến thôn quê, hát rạp hay hát trong đình, bầu gánh cố ý chọn lựa tuồng Tàu có nội dung vui tươi và nhứt là phải "có hậu" để hát Tết. Tuồng nào có chết chóc, hay bi thương khóc lóc đều được sửa lại mới có người coi.

Sau nầy khi cải lương ra đời, soạn giả cải lương chuẩn bị tuồng hát Tết rất chu đáo trước mấy tháng; bầu gánh cũng lo "chuộc" đào kép, đặc biệt là chuộc hề nổi

Gánh hát bội ngày Tết xưa

tiếng đem về đoàn mình để hát trong mùa Tết suốt trong tháng Giêng.

Theo lệ mỗi năm, sau khi cúng đưa ông Táo và đưa Tổ Nghiệp, các đoàn hát lớn nhỏ đều nghĩ hát để cho đào kép và nhân viên ăn Tết đến hết ngày 30, để mồng một Tết hát khai trương.

Ngày Tết, ông bà cha mẹ và người lớn thường dẫn con cháu đi coi hát. Các bà mang theo trầu cau têm sẵn với thuốc xỉa, lon nhỏ nước trầu; các ông mang theo giấy và thuốc hút; các cô và trẻ em mang theo thức ăn Tết như hạt dưa, kẹo thèo lèo, quít... vào trong rạp để vừa ăn vừa coi hát.

Ở Lục Tỉnh, ngày Tết khán giả còn mời đào kép về nhà nhậu nhẹt, ăn Tết với gia đình rất thân mật.

Sau năm 1960, Sài Gòn bắt đầu có Đại Nhạc Hội Mừng Xuân gồm có ca kịch, hài rất hấp dẫn đối với thanh niên.

Xin giới thiệu hai nghệ sĩ tiêu biểu và được khán giả bấy giờ ái mộ đặc biệt vào dịp tết: về cải lương là Út Trà Ôn, về đại nhạc hội là Trần Văn Trạch.

Đại nhạc hội Xuân tại Pháp.

Út Trà Ôn "đệ nhứt danh ca"

Út Trà Ôn tên thật là Nguyễn Thành Út, sanh năm 1919, tại làng Đông Hậu, huyện Trà Ôn, tỉnh Cần Thơ, nay thuộc tỉnh Vĩnh Long. Thuở nhỏ nhờ có giọng hát tốt nên Út Trà Ôn theo chơi nhạc tế lễ và thường được cho làm "học trò lễ". Lớn lên ông theo các nghệ sĩ tài tử trong vùng để học đờn, học ca và rồi theo sự rủ rê của bạn bè ông bỏ làng lên Sài Gòn bắt đầu sống cuộc đời ca hát.

Đầu tiên ông vào hát cho nhà hàng Đức Thành Hưng ở đường Lê Thánh Tôn bấy giờ. Hồi đó, các nhà hàng lớn thường mướn những ban nhạc tài tử phục vụ để thâu hút khách. Hãng rượu "Con Mèo" thấy có thể quảng cáo hàng của mình qua hình thức ca nhạc tài tử, nên tổ chức thi hát thưởng rượu. Út Trà Ôn đã tham gia và đã đoạt giải. Tiệm Radio Sài Gòn và Radio Philco cũng mời ông đến hát để quảng cáo.

Hãng dĩa Asia mời ông thâu bài đầu tiên *"Thức trót đêm đông"*. Dĩa hát bán rất chạy, nên Asia mời ông thâu tiếp một số bài như *"Sầu bạn chung tình"*, *"Tôn Tẫn giả điên"*, *"Sầu vương biên ải"*...

Và đầu những năm 50, tiếng tăm của Út Trà Ôn đã bắt đầu nổi như cồn.

Gánh Tân Thinh mời ông cộng tác. Được một thời gian ông chuyển sang gánh Hề Lập. Giai đoạn này ông chỉ đóng được vai phụ "Thổ Hành Tôn" trong vở *"Phong Thần"*. Năm 1945, ông sang hát cho gánh Thanh Long. Sáu tháng ở gánh Thanh Long ông cũng chỉ đóng được một vai phụ là Hoàng tử trong *"San Hậu - lớp chót"*.

Buồn vì nghề nghiệp, ông nghỉ hát và xuống Long Xuyên dạy đàn tranh với người anh ruột. Tại đây, ông gặp đoàn Tiến Hóa và theo lời khuyên của một số người, ông ký hợp đồng với đoàn Tiến Hóa. Vai diễn đầu tiên ở đoàn này là Tào Tháo trong *"Tào Tháo dâng đao"*. Tài diễn xuất và giọng ca dần dần chinh phục được người xem, ông từng bước tự khẳng định mình. Chẳng bao lâu, nhơn cơ hội kép Bôn Tẩu không diễn được thì ông đã thay thế hát chính trong vai "Văn Tiến" vở *"Chính người trung liệt"*.

Đoàn Tiến Hóa rã thì lập tức Mộng Vân mời ông về hát cho gánh của mình, bằng một số vai diễn như "Phó tướng Phi Anh" trong vở *"Nữ chúa Chiến Linh"*, "Thái tử lưng gù" trong vở *"Một tình tan vỡ"*... Út Trà Ôn đã vươn lên thành một diễn viên có tiếng tăm vang dội.

Năm 1954, Út Trà Ôn được bầu là ***"diễn viên ca hay nhứt"***.

Đoàn Mộng Vân rã gánh, Út Trà Ôn ký hợp đồng với đoàn Thanh Minh. Nhờ có thêm Út Trà Ôn, đoàn Thanh Minh đã thâu hút được khán giả và chỉ một thời gian ngắn ông bầu Năm Nghĩa - cha của Thanh Nga đã trả được mấy con nợ tưởng chừng không trả nổi.

Cuối năm 1959, Út Trà Ôn nhận lời mời của ông Ba Bản chủ hãng đĩa Hoành Sơn cùng nghệ sĩ Ba Vân thành lập đoàn cải lương Thủ Đô. Hát ở đây một thời gian, khi Ngọc Hương, Thanh Thanh Hoa... vươn lên chiếm lĩnh được sân khấu thì ông cùng Thúy Nga, Kim Chưởng, Thanh Tao thành lập gánh Kim Thanh - Út Trà Ôn. Lúc này đoàn Kim Thanh - Út Trà Ôn là một trong những đoàn có sức hút khán giả mạnh nhờ của giọng ca Út Trà Ôn. Cũng trong khoảng thời gian này, giới mộ điệu và báo chí đã phong tặng ông danh hiệu *"Đệ nhứt danh ca"*.

Đầu năm 1960, đoàn Kim Thanh - Út Trà Ôn rã, ông quay về đoàn Thanh Minh. Chẳng được bao lâu, ông cùng Hoàng Giang đứng ra lập đoàn Thống Nhất. Đến năm 1963, ông giải tán đoàn Thống Nhất và sang hợp tác với Bầu Xuân của đoàn Dạ Lý Hương. Trên sân khấu Dạ Lý Hương, ông và Bạch Tuyết đã thành công xuất sắc trong một số vở như *"Tuyệt tình ca"* của Hoa Phượng - Ngọc Điệp, *"Nỗi buồn con gái"* của Hoa Phượng...

Vừa hết thời hạn một năm với Dạ Lý Hương, thì đoàn Kim Chung mời ký hợp đồng tiếp và Bầu Long giao cho ông thành lập đoàn Kim Chung 6. Kim Chung 6 hát những vở *Mạnh Lệ Quân"*, *"Núi liền sông băng"* của Thành Phát với sự công tác của một số nghệ sĩ trẻ như Diệu Hiền, Ngọc Bích.

Năm 1968, khi đoàn Thanh Minh đi Tây diễn thì ông Năm Nghĩa có yêu cầu ông giúp. Ông cùng Thanh Nga, Ngọc Giàu, Ngọc Bích, Trang Bích Liễu diễn hai vở *"Trảm Trịnh Ân"* và *"Lỡ bước sang ngang"*, thời gian lưu diễn là 2 tháng. Sau khi đi Tây về, ông không ở chính thức một đoàn nào nữa mà thỉnh thoảng chỉ giúp những đoàn quen như Tân Thủ Đô, Phương Bình - Ngọc Bế, Minh Cảnh, Thanh Hải...

Sau năm 1975, ông cùng các nghệ sĩ Phùng Há, Ba Vân, Thanh Nga, Hoàng Giang... diễn vở *"Đời cô Lựu"* của soạn giả Trần Hữu Trang rất thành công. Năm 1986, ông cũng nghỉ hát luôn và không cộng tác cho một đoàn nào cả, mà chỉ hát cho Đài phát thanh, truyền hình và thâu băng hình video.

*

Trên 50 năm, kể từ khi bước chân vào sân khấu cải lương, nghệ sĩ Út Trà Ôn để lại trong lòng khán giả mộ điệu với hàng chục vai diễn độc đáo, hàng trăm bài hát vọng cổ mà cho tới ngày nay không một ai có thể thay thế được.

Những vai diễn thành công của ông có thể kể: Thái tử lưng gù trong *Một tình tan vỡ* của Mộng Vân; Hoàng tử Bá Tùng trong *Cung đàn trên sông lạnh* của Thu An; ông Cò Hương trong *Tuyệt tình ca* của Hoa Phượng - Ngọc Điệp; Ông Đô trong *Nỗi buồn con gái* của Hoa Phượng; Vương Bá Thiên trong vở cùng tên...

Sắm vai diễn tuồng đã hay nhưng "cái để đời", cái mà Út Trà Ôn mãi mãi làm rung động lòng khách mộ điệu chính là giọng hát qua các bài ca cổ như: *Thức trót đêm đông, Sầu bạn chung tình, Tôn Tấn giả điên, Sầu vương biên ải, Tình anh bán chiếu, Gánh nước đêm trăng, Ông lão chèo đò…*

Theo báo Tiếng Dội, số ra ngày 27/10/1954, do sự bình chọn của báo chí và khách mộ điệu, Út Trà Ôn được phong tặng danh hiệu "đệ nhứt danh ca". (Út Trà Ôn: 6,296 phiếu, Bảy Cao 735 phiếu, Ba Vân: 616 phiếu)

Út Trà Ôn từ trần ngày 13/8/2001 tại Sài Gòn, an táng tại Chùa Nghệ sĩ, Gò vấp. (Nguồn: Địa chí Vĩnh Long)

"Quái Kiệt" Trần Văn Trạch

Trần Văn Trạch (1924-1994) thuộc gia đình bốn đời nhạc sĩ, hai bên nội ngoại đều có người trong giới nhạc truyền thống dân tộc.

Trần Văn Trạch sanh năm Giáp Tý 1924, tại làng Vĩnh Kim tỉnh Mỹ Tho nay là tỉnh Tiền Giang. Lúc nhỏ tên là Trần Quang Trạch, nhưng thủ bộ làng Vĩnh Kim viết là Trần Quan Trạch (không có G). Và tới nay người ta không biết cơ duyên nào đưa đẩy cái tên Trần Văn Trạch đến với ông, thay vì Trần Quan Trạch?

Gia đình có ba anh em. Trần Văn Khê là anh Hai, Trạch thứ Ba, cô em gái út là Trần Ngọc Sương là ca sĩ có tiếng vào thập niên 50, trước sống ở Canada.

PHẦN V • MỘT THỜI ĐỂ NHỚ
7. Đại Nhạc Hội Tết của người Sài Gòn xưa

Trần Văn Trạch thuở nhỏ có khiếu nhạc, chơi đờn kìm và tỳ bà theo ngón của cha, ca vọng cổ cũng mùi. Lớn lên trong cái nôi cải lương miền Nam là Mỹ Tho, nơi có gánh hát cải lương đầu tiên vào năm 1917 của thầy Năm Tú hát tại Chợ Cũ Mỹ Tho. Thế nhưng Trần Văn Trạch lại ham học đàn mandolin với  Trần Văn Khê và học đờn violin với Nguyễn Mỹ Ca, người anh cô cậu. Trạch đã biết chơi thành thạo những bài nhạc Tây thịnh hành thuở đó như là Marinela...

Đang học tại College de My Tho, đến năm 1942 Trạch bỏ ngang đi ra mở lò gốm làm chén! Và bởi bản tánh nghệ sĩ nên bị thất bại nên phải "dẹp tiệm", bỏ xứ lên Sài Gòn lập nghiệp mới!

Trần Văn Trạch lên Sài Gòn vào năm 1945, lúc đầu vào hát cho các phòng trà phục vụ quân đội Pháp với vai trò hoạt náo, ca múa (dancing) những bản nhạc Tây Trong thời gian nầy anh sống với người vợ đầm và có một đứa con và vì thế anh mấy lần bị Việt Minh bắt với tội danh "Việt gian"!

Nhờ Trần Văn Khê vận động, Trạch được tha nên anh gia nhập vào "Ban nhạc quân đội" Việt Minh cùng

Trần Văn Khê đi lưu diễn khắp miền Tây và có lần họ gặp nhạc sĩ Lê Thương ở Bến Tre, Mỹ Tho.

Sau đó độ khoảng năm 46-47 Trạch rời "kháng chiến" về Sài Gòn, cùng em gái là Trần Ngọc Sương mở quán nước giải khát tại khu Bàn Bờ bán cho lính Pháp. Tracco, tên Tây của Trạch do các bạn bè đặt cho anh là vào lúc nầy, bởi thỉnh thoảng anh hát những bài nhạc Tây nhằm câu khách.

Nhạc sĩ Lê Thương lúc năm 1945 về Bến Tre, có thời gian bị Pháp bắt ở Mỹ Tho, sau được thả, về Sài Gòn trong phong trào hồi cư bấy giờ. Không rõ cơ duyên nào đưa đẩy khiến Lê Thương phát hiện cái khả năng hài tiềm ẩn trong con người nghệ sĩ phiêu bồng lãng từ Trần Văn Trạch?

Nhạc sĩ Lê Thương bèn viết bài ca thử nghiệm đầu tiên cho Trạch. Đó là bài *"Hòa Bình 48"* hát nhái tiếng súng, đại bác, máy bay liệng bom; rồi bài ca *"Liên Hiệp Quốc"* hát bằng tiếng Pháp, Anh, Nga, Tàu; bài *"Làng báo Sài Gòn"* phê bình các nhà báo nói láo ăn tiền, chạy theo Tây!

Nhờ những bài hát mang chất châm biếm hài của nhạc sĩ Lê Thương mà Trần Văn Trạch chuyển hướng. Anh tự sáng tác những bài hát hài để tự diễn. Bài hát anh sáng tác đầu tay năm 1951 là bài *"Anh xích lô"* mang chất hài vui, nhịp điệu nhanh và lôi cuốn.

Với giọng ca trầm hơi thở, mang nét mộc mạc miền Nam như Út Trà Ôn, cộng thêm phong thái biểu diễn mới lạ, vui nhộn, độc đáo... nên Trần Văn Trạch làm khán giả say mê cuồng nhiệt.

Anh được khán giả, báo chí phong tặng danh hiệu *"quái kiệt"*. Và tên tuổi quái kiệt Trần Văn Trạch xuất hiện như là một hiện tượng lạ trong nền nghệ thuật Việt Nam suốt gần nửa thế kỷ qua.

Trần văn Trạch viết và biểu diễn thành công tiếp những bài mà nhắc lại thế hệ tuổi 60, 70 ai cũng biết, đã từng nghe và mê mệt. Đó là: *Chuyến xe lửa mùng 5* (1952), *Cái tê lê phôn, Anh chàng thất nghiệp, Cây viết máy, Cái đồng hồ tay, Đừng có lo...*

Trần Văn Trạch còn là người tiên phong khai sanh ra loại hình Ca, Vũ, Nhạc, Kịch, Xiệc, Ảo thuật tổng hợp trên sân khấu mà chính anh là bầu sô. Cái tên "Đại Nhạc Hội" của anh đặt ra trở thành loại hình sân khấu mới, hấp dẫn, vui tươi không thể thiếu trong dịp Tết cho tới nay ở trong và ngoài nước!

*

Ngày nay tập tục coi hát Cải lương, Đại nhạc hội ngày Tết vẫn còn được nhiều người mình ưa chuộng. Ngoài Cải lương, đại nhạc hội giờ đây còn có Hội chợ tết, Hội cây kiểng bông hoa, đi du lịch, đi hành hương xa v.v... làm cho ngày Tết phong phú hơn ngày xưa nhiều.

Dẫu vậy về miền quê Lục Tỉnh coi hát cải lương, đại nhạc hội Tết rất được nhiều người ưa thích hơn người Sài Gòn.

8. Cầm chầu hát bội cúng đình

Ở đời có bốn cái ngu,
Làm mai, lãnh nợ, gác cu, cầm chầu.
(Ca dao)

Mỗi năm theo lệ, các làng trong miền Nam có tổ chức hai kỳ cúng, kỳ yên vào Mùa Xuân và Mùa Thu. Cúng kỳ yên hay còn gọi là cùng cầu an, với ước mong cho dân trong làng được mùa và bình an.

Lễ cúng Mùa Xuân còn gọi là lễ Thượng Điền, vào Mùa Thu gọi là lễ Hạ Điền. Mỗi làng có ngày cúng đình cố định, làng này làng khác xê xích trước sau vài ngày.

Hát hội cúng đình là nét đặc trưng văn hóa tín ngưỡng dân gian của làng xã Đàng Trong, vùng đất mới, nơi mà cuộc sống tâm linh của con người bất an trước cảnh "sơn lam chướng khí". Làng nào cũng thấy có dựng miếu, miễu, am, cốc, chùa để thờ cúng.

Đình làng với tổ chức hát bội cúng thần là lễ nghi chánh thức của làng, tổ chức rất long trọng và trang nghiêm kéo dài 3 ngày đêm, gây ấn tượng trong tâm tư tình cảm người dân trong làng.

Hát bội cúng đình trong làng thường diễn ra ở nhà võ ca trước đình hoặc nơi sân trống, sân khấu hướng vào cửa đình. Hát đình trước hết là để cúng thần hoàng cùng các bậc tiên hiền - hậu hiền có công khai phá dựng làng; sau đó cho dân trong làng được xem hát.

Thành hoàng có sắc của vua phong, tới ngày cúng, làng tổ chức thỉnh sắc thần về đình. Ở Lục Tỉnh xưa rước sắc thần bằng đường thủy. Người ta ghép hai ba ghe thành bè, trên có kiệu màu đỏ, sắc thần bên trong được trang trí cờ lọng, bông hoa, tàn lọng, múa lân, có lính theo hầu... rất vui mắt. Đình nào thuận thì rước sắc thần bằng long xa đi đường bộ cũng đầy đủ nghi thức rất náo nhiệt.

Nhiều đấng thần linh không tên tuổi, được thờ trong am, miễu dựng trước đường dẫn đến đình. Như Ông Hổ, Ngũ Hành Nương Nương, Bà Chúa Xứ (thần địa phương), thần Nông, thần Đất...

Đình miếu trong miền Nam đặc biệt có thờ cặp hạc và rùa, là con vật vừa thật, vừa siêu nhiên mà tới nay chưa có giải thích nào thỏa đáng cả.

Thương thay thân phận con rùa,
Ở đình đội hạc, ở chùa đội bia.
(Ca dao)

Cầm chầu cho con hát bội.

Hát bội cúng đình tuồng tích được chọn lựa có nội dung thể hiện qua các nhân vật trung hiếu tiết nghĩa nhằm giáo hóa người dân. Các vở tuồng kinh điển như *Lưu Kim Đính giải giá Thọ Châu, Thần Nữ dâng Ngũ linh kỳ, Tiết Đinh San cầu Phàn Lê Huê, Sơn Hậu*... thường được chọn hát cúng đình.

Trong nghệ thuật cầm chầu, phân biệt hai cách là chầu thường và chầu lễ.

Cầm chầu thường để nhằm khen thưởng nghệ nhân đào kép hát bội, hát đúng sai, hay dở.

Ông Lê Văn Duyệt thời làm Tổng Trấn Gia Định được biết là người "cầm chầu" nghiêm khắc có lúc quở phạt bằng cách đánh kép hát sai, hát cương!

Cầm chầu hát bội trong lễ cúng kỳ yên ở đình sau này gọi là cầm chầu lễ, rất khó, nên mới nói *"Ở đời có bốn cái ngu. Làm mai, lãnh nợ, gác cu, cầm chầu"*.

Thuở đó, Lê Văn Duyệt cầm cái trống lịnh, gọi là "cổ lịnh" là cái trống nhỏ, có cán, giống như trống trẻ con chơi, trống mà mấy chú Tàu gánh gánh rao nhuộm áo quần ở Chợ Lớn ngày xưa.

Tay trái ông cầm trống, tay mặt cầm dùi, ngồi trên bộ ván gõ, ngồi xếp hai chân qua một bên theo bộ con cọp, nghề võ gọi là bộ hổ. Ông theo dõi hát bội từ câu nói, câu hát đến điệu bộ. Hát hay thì ông đánh trống để khen thưởng. Hát sai, hát cương thì ông gõ dùi trống vào thành trống nghe kêu lắc cắc để khiển trách.

Nghệ sĩ bị khiển trách thường bị đánh đòn nếu hát bậy, hát phạm thượng, xúc phạm đến vua, quan!

Bởi lẽ hát bội xưa, nay vẫn còn, nhất là các ban hát cúng đình thường hay "hát cương" nghĩa là tuồng tích không đúng, không có ông Nhưng (thầy tuồng). Nghệ sĩ chỉ chú trọng nhiều vào điệu bộ, còn dân chúng phần đông không biết chữ Nho, không đọc truyện Tàu, không hiểu biết cốt truyện. Khán giả bình dân coi hát bội để thưởng thức ca, múa và nhất là xem màu sắc lộng lẫy qua y trang và mặt mũi đào kép.

Lời ca, điệu bộ của hát bội hầu như mang tính ước lệ, khuôn thước áp dụng cho nhiều tình huống... nên nghệ sĩ không quan tâm, quên mất nội dung, làm cho lắm lúc mâu thuẫn. Hát cương là vậy.

Ông Huỳnh Minh trong cuốn *"Gia Định Xưa và Nay"* có ghi lại một đoạn hát bội cương như:

"Có lần, một kép hát thủ vai thủy thần (thần nước) cầm ngọn roi mà hát khách (điệu Tàu) biểu diễn như đang cưỡi cá lý ngư vượt biển xuống Long Cung... Rồi giơ roi như thúc giục, kép hô, họ! họ! như đang giơ roi giục ngựa".

Lúc đó Lê Văn Duyệt đang "cầm chầu" bèn khua tang trống (đánh thành trống) để phạt kép hát sai! Kép hát cương giật mình lanh trí bên hát tiếp *"Tưởng rằng 6 mã, nào dè lý ngư"*. Do đó Tả quân thích thú khen hay và không phạt.

Cầm chầu lễ do các chức sự thay mặt làng điều khiển chầu hát.

Chức sự cầm chầu là những người có uy tín, đạo đức và hiểu biết nội dung, bài bản và nghệ thuật hát bội. Người cầm chầu ăn mặc nghiêm chỉnh với áo thụng xanh, khăn như đen, ngồi trước hàng khán giả, gần sân khấu để xem, nhìn thấu tận "cửa sanh" cánh gà bên trái, chỗ đào kép ra; "cửa tử" cánh gà bên phải, chỗ đi vô.

Trống chầu là loại trống to, sơn màu đỏ, căng thẳng, tiếng kêu to để khán giả có thể nghe theo dõi; khác cái trống lịnh, cổ lịnh thời Lê Văn Duyệt.

Tới giờ hát, chấp sự hai tay cầm hai dùi trống quay mặt hướng về đình "xá thần" và chào khán giả. Quay mặt trở lại sân khấu, ngồi xuống nghiêm trang cầm chầu:

- **Khai chầu bằng 9 tiếng trống:** 3 chập, mỗi chập 3 tiếng, báo cho đào kép chuẩn bị.
- **Mở màn bằng 6 tiếng trống:** 2 chập, mỗi chập 3 tiếng. Đào kép theo thứ tự bước ra ở cửa sanh.
- **Chầu khấu, bằng 1 tiếng trống** cho đào kép "khấu bái" như chào vua. Trống kèn nổi lên, đào kép lần lượt xưng tên và chào khán giả. Sau đó bước vào cửa từ.

Suốt buổi hát, chấp sự cầm chầu túc trực xem để khen thưởng. **Đánh trên mặt trống** là khen, **đánh trên bìa trống** là chê phạt...

Đào kép nếu ai hết vai không ra nữa, chấp sự cũng phải biết để **đánh hai tiếng trống** chầu để giữ lại chào từ biệt khán giả.

Lúc vãn hát, nếu đêm mai còn hát tiếp thì chấp sự **đánh 9 tiếng:** 3 chập, mỗi chập 3 tiếng như lúc khai chầu. Nếu là đêm chót, ngày mai không còn hát nữa, chấp sự chỉ đánh một chầu 3 tiếng.

Mỗi đêm khi vãn hát, tất cả đào kép phải ra hát có nội dung như chúc thọ vua trước mặt trưởng ban hội tế đại diện cho làng.

Từ thời Gia Long hát bội được dùng như là cách để giáo hóa lòng trung thành của người dân đối với triều đình. Hát bội đặc biệt phát triển ở Lục Tỉnh thời nhà

Nguyễn mang ẩn ý đó nên từ Gia Long đến Tự Đức, sau này Thành Thái vẫn cổ xúy hát bội.

Thời gian sau khi Pháp đánh Nam Kỳ, vua Tự Đức có chính sách khuyến khích xây đình và ban sắc thần dễ dàng ở Lục Tỉnh.

Nội dung hát bội ảnh hưởng đến truyện thơ, vè, tuồng tích cải lương như là một phần của văn hóa đời sống sau này của người Lục Tỉnh.

Hát bội với nội dung cùng nghi thức cầm chầu trong các lễ cúng đình rất phức tạp. Cầm chầu như vậy là một nghệ thuật cao khiến nhiều người đam mê! Một nhà Nho ở Bình Định là Nguyễn Dật có bài thơ "Cầm Chầu" rằng:

Ông cha thuở trước tội gì đâu,
Con cháu sanh ra muốn đánh chầu,
Nghỉnh mặt lì lì ngồi phản ngửa,
Hươu tay lia lịa đập da trâu...

Nên sự đam mê của người cầm chầu trở thành một trong bốn cái ngu của con người ta là vậy!

9. Tập tục "Cưới Vợ Ăn Tết"

Trong nhận thức của người Việt Nam mình ngày xưa thì Mùa Xuân biểu thị cái gì tốt đẹp cao quí, nên mới có chữ "Xuân khí" để chỉ sự trong sạch của con người quân tử; chữ "Xuân bảng" chỉ bảng ghi tên người thi đậu trong kỳ thi cao nhứt là thi Hội; chữ "Xuân tửu" để chỉ loại rượu ngon và quí hiếm...

Mùa Xuân cũng được dùng để ám chỉ tuổi trẻ, tình yêu đôi lứa; chỉ cái đẹp của con gái như: Xuân kỳ, Xuân tình, Xuân nữ, Xuân xanh, Xuân sắc...

Trong xã hội nông nghiệp của nước mình, Mùa Xuân còn là mùa mà mọi người được nghỉ ngơi sau khi thâu hoạch vụ mùa; là mùa mà mọi nhà có điều kiện tiền bạc và thời giờ để lo dựng vợ gả chồng cho con cái.

Dân gian có tục "Cưới vợ ăn Tết" là vậy.

Ngôn ngữ của người Việt mình có nhiều từ ngữ chỉ việc cưới vợ, gả chồng. Như chữ "Hôn nhân" là do chữ

Hôn nghĩa là buổi chiều, còn chữ Nhân là nhà chú rể. Còn chữ "Giá thú" là do chữ Giá là gả chồng, chữ Thú là dựng vợ; nay chữ giá thú hiểu là giấy tờ kết hôn chánh thức giữa hai vợ chồng.

Chữ Hôn lễ chỉ lễ kết hôn nói chung không phân biệt trai hay gái. Chữ lễ Tân hôn được dùng chỉ lễ cưới bên nhà trai, lễ Vu qui dùng để chỉ lễ cưới bên nhà gái…

"Như nàng xa từ thuở vu qui"
(Hàn Mặc Tử)

Thuở xưa xã hội Việt Nam mình quan niệm rằng chuyện hôn nhân, dựng vợ gả chồng cho con cái là chuyện của cha mẹ, chuyện của gia đình chớ không phải chuyện riêng của trai gái như quan niệm ngày nay. Nên mới nói *"Cha mẹ đặt đâu con ngồi đó"*. Tại sao vậy?

Bởi theo quan niệm đạo đức và luân lý bấy giờ, thì mục đích của hôn nhân là nhằm "lưu truyền" dòng họ gia đình, bảo tồn nòi giống; nếu không có hôn nhân thì gia đình dòng họ và nòi giống không tồn tại.

Hôn nhân do vậy là chuyện trọng đại, ảnh hưởng đến sự tồn vong của gia tộc; vì vậy hôn nhân là chuyện của cha mẹ, chuyện gia đình dòng họ chớ không phải chuyện của trai gái như quan niệm bây giờ.

Hơn nữa ngày xưa trong gia đình người cha có quyền tuyệt đối. Dân luật Bắc Kỳ năm 1931 và Dân Luật Trung Kỳ năm 1936 xác định rằng

"Con và cháu sống với cha mẹ hay ông bà nội phải hoàn toàn phụ thuộc vào người chủ gia đình. Ở tuổi nào

cũng vậy, con phải vâng lời, kính trọng cha mẹ và ông bà..."

Vì quan niệm mục đích của hôn nhân là "lưu truyền dòng họ", nên luật pháp Việt Nam bấy giờ cũng cho phép đàn ông có nhiều vợ, cho phép chồng để vợ (ly dị) nếu vợ không có con trai.

Theo luân lý bấy giờ thì gia đình nào không con, nhứt là không có con trai là vô phước và có tội với tổ tông; bởi cái phước lớn nhứt của con người là có nhiều con, không con là bất hiếu với cha mẹ tổ tông.

Trong "7 điều để vợ", thì điều 1 là "vô sinh": qui định "Không có con là bất hiếu với cha mẹ, vì thế người ta có thể bỏ người vợ không có con".

Vợ chánh thức thuở xưa gọi là Thê, vợ hai vợ ba... gọi là Thiếp, vợ không chánh thức gọi là Hầu, người hầu không có danh phận, không được luật pháp bảo vệ.

Tiêu chuẩn chọn vợ ngày xưa thế nào? Ngày xưa trong hôn nhân người phụ nữ không có quyền chọn lựa.

Nói về tuổi tác, ngày xưa cho phép con gái 13, con trai 16 là có thể lấy nhau: *"Nữ thập tam, nam thập lục"*. Như trường hợp Bà Phạm Thị Hằng con gái Phạm Đăng Hưng (bà Từ Dụ) 14 tuổi đã được bà Thuận Thiên Cao Thái Hoàng Thái Hậu, vợ Vua Gia Long chọn làm vợ cho cháu trai là hoàng Thái Tử Miên Tông, sau là Vua Thiệu Trị.

Trong tục ngữ, ca dao có nhiều câu nói đến tuổi tác, lứa đôi trai gái:

- *Vợ chồng cùng tuổi ngồi ruổi mà ăn*
- *Nhứt gái lớn hai, nhì trai lớn một*
- *Chồng lớn vợ bé thì xinh,*
Chồng bé vợ lớn ra tình chị em!

Trước khi cưới vợ, gả chồng phải xem tuổi đôi lứa có hạp hay không. Chuyện coi tuổi kết hôn ngày nay vẫn còn phổ biến trong gia đình người Việt trong nước và cả hải ngoại nữa.

Người ta lựa cho hạp tuổi theo 4 cặp gọi là "Tam hạp" như: Thân Tý Thìn - Tý Dậu Sửu - Dần Ngọ Tuất - Hợi Mẹo Mùi. Cố tránh 4 cặp tuổi sau đây gọi là "Tứ Kỵ" (không nên lấy nhau): Tý Ngọ Mẹo Dậu - Thìn Tuất Sửu Mùi - Dần Thân Tỵ Hợi.

Chuyện "công dung ngôn hạnh" của người con gái vẫn là tiêu chuẩn không thể bỏ qua, cũng như chuyện "Môn đăng hộ đối" của gia đình hai họ cũng là một điều kiện thường được xem xét từ xưa tới nay.

Đối với đàng gái dầu ít có quyền chọn lựa nhưng trong suy nghĩ có cân phân tính toán, hay ít ra cũng mong được rể giàu, rể có địa vị trong xã hội, và nếu không thì ít nhứt cũng phải là chàng rể thảo.

Lễ thành hôn là lễ mừng vui hai họ biểu tượng bằng hai chữ Song Hỷ, nhưng thuở xưa có quá nhiều lễ nghi vừa là phong tục, đạo đức, luân lý, vừa là tín ngưỡng tôn giáo. Lễ cưới xưa có 6 lễ:

1) Lễ Chạm ngõ
2) Lễ Vấn danh tức là lễ ăn hỏi

3) Lễ Nạp cát: báo ngày giờ
4) Lễ Định ngày cưới
5) Lễ Nạp tiền cưới
6) Lễ Rước Dâu.

Thời xa xưa, trong ngày cưới của dân tộc Việt, các cô dâu miền Bắc thường mặc bộ áo mớ ba, ngoài cùng là chiếc áo the thâm, bên trong ẩn hiện hai chiếc áo màu hồng và màu xanh hoặc màu vàng với màu hồ thủy. Rồi đến áo cánh trắng.

Ngày nay đám cưới đơn giản chỉ còn có 3 lễ là: *lễ chạm ngõ, lễ hỏi, lễ cưới.*

Lễ Chạm Ngõ nay được hiểu là ngày đàng trai chánh thức đến nhà đàng gái ngỏ lời xin cưới cho con;

Đám cưới ở miền Nam xưa.

Lễ Hỏi được hiểu lễ "Hứa hôn", là ngày họ hàng hai bên gặp nhau chánh thức tại nhà gái để biết mặt nhau và thông báo ngày cưới;

Lễ Cưới nay có hai phần nghi thức gia đình (có khi tổ chức ở chùa hay nhà thờ) và tiệc mừng được tổ chức tại nhà hàng, khách sạn.

Người phù dâu thuở xưa là người được mẹ cô dâu ủy thác đi đưa dâu, có thể là bà dì, chị hay em gái... phải là người đức hạnh, vì ngày xưa mẹ không đưa dâu. Xưa không có phù rể. Nay phù dâu phù rể xem như hình thức làm cho nổi bật hình ảnh dâu rể. Lễ Tơ hồng, lễ Hợp cẩn, Đêm tân hôn ngày nay không còn.

Ngày xưa "sính lễ" bên đàng trai bao gồm món tiền phải tương xứng và đồ trang sức vòng vàng quí kim, áo quần... cho cô dâu. Sính lễ được quan niệm như là "của cải" giúp cho hai vợ chồng sanh sống khởi nghiệp nên thường được đàng gái đòi hỏi càng nhiều càng tốt. Sính lễ vì vậy hai họ phải trải qua nhiều mặc cả.

Luật Hồng Đức có qui định **"sính lễ"** theo hai hạng:

1. **Cho nhà giàu, quan nhứt phẩm:** gồm 10 tấm đoạn, 10 tấm lụa lót, 10 lượng vàng, 10 lượng bạc, 50 quan tiền, một đôi xuyến vàng, 1 đôi bông tai vàng, với lược gương bằng sừng tê giác, 1 lọ nước hoa, 10 con dê, 10 con heo, 10 vò rượu, 30 mâm xôi, 20 mâm cau, 20 mâm trầu...

2. **Cho gia đình bình thường:** gồm 2 tấm lụa, 10 quan tiền, 1 đôi xuyến bạc, 1 hộp sơn mài lược

gương đầy đủ, 2 con heo, 8 vò rượu, 4 mâm cau, 2 mâm trầu...

Ngày nay sính lễ thường có: Số tiền mặt giao cho đàng gái để tổ chức lễ hỏi; nữ trang gồm đôi bông tai kim cương, đôi nhẫn cưới, 1 dây chuyền, vòng đeo tay bằng vàng, 4 mâm (tượng trưng tứ thân phụ mẫu), 1 con heo quay, 1 khay trầu rượu.

Trang phục cô dâu bất kể giàu nghèo từ xưa được xem trọng.

Thời Nguyễn Phúc Khoát năm 1744, bắt mọi người *"bỏ y phục nhơ nhớp của dân đàng Ngoài để mặc thứ y phục mới của người Tàu"*. Từ đó trở đi phụ nữ Trung kỳ và Nam kỳ mặc quần và áo cánh cài khuy thay cho cái

Cùng nhau làm cổng Vu Quy bằng cọng lá dừa.

váy và áo dài buộc dây đãi của phụ nữ Bắc Kỳ. Tới thời Vua Minh Mạng lại ra lịnh cho phụ nữ Bắc Kỳ bỏ váy mặc quần như trong Nam nên từ đấy trang phục thống nhứt cả nước.

Cái áo dài là trang phục chánh của cô dâu. Áo dài phát triển từ chiếc áo tứ thân. Bây giờ chiếc áo dài cách tân đẹp hơn xưa.

Áo dài nay may bằng tơ lụa, màu sắc phong phú mới lạ. Hai tà áo dài có lúc chấm gót, có thời thả tới giữa ống chân, có lúc dài khỏi mông quá gối trông lơ lửng. Tà áo theo nguyên tắc xẻ tới eo qua khỏi lưng quần, nhưng nay xẻ lên càng cao càng tốt, tới không thể cao nữa mới chịu dừng lại, được nhiều người ưa chuộng trong trang phục thường cũng như lễ cưới.

Thân áo dài cắt bỏ lấy người, khi chẹt, lúc thong thả; thẳng sau lưng, bày ngực phía trước là đẹp. Cổ áo khi cao, khi thấp, có lúc không cổ và để trống phần ngực là vùng gợi cảm được cho là đẹp cho áo cưới.

Quần dài khi trắng, khi màu khác màu áo; ống khi rộng, lúc hẹp; lưng nối với màu khác thân quần để lộ hai bên hông làm cho cô dâu mặc chiếc áo dài thêm đẹp và thâu hút sự chú ý của quan viên hai họ.

Trang phục chú rể dầu không phong phú như cô dâu nhưng cũng được chú trọng trong lễ cưới xưa nay. Áo dài đen the, bên trong trắng, bịt khăn đen, giày hàm ếch thuở xưa nay không còn. Áo dài chú rể giờ đây màu xanh, vàng hoặc đỏ có in chữ vạn, chữ hỷ như trang

Đám cưới miệt vườn.

phục vua chúa ngày xưa. Quần đàn ông, chú rể ngày xưa màu đen, ống rộng, thẳng, đáy sâu, lưng quần to, buộc dây. Quần chú rể ngày nay được thay bằng quần Tây trắng ống rộng. Có nhiều cặp dâu rể thích chọn trang phục Tây phương.

Rượu trà chánh thức trong lễ cưới của người Việt xưa nay không thể thiếu. Rượu trà còn là món quà dùng để biếu thân tộc của hai họ, coi như là hình thức báo tin mừng. Xưa nay trà, rượu được con gái rót dâng cha mẹ để tỏ lòng biết ơn, trước khi lên xe hoa về nhà chồng.

Rượu lưu ly chân quỳ tay rót
Cha mẹ uống rồi dời gót theo anh
(Ca dao)

Trầu cau ngày xưa trong đời thường là cái gì thuộc về "thơm thảo" làm cho con người gắn bó nhau. Trong văn hóa Việt Nam, trầu cau còn chỉ tình yêu lứa đôi, tình vợ chồng. Ngày nay ít còn người ăn trầu nhưng lễ cưới làm gì cũng có hai miếng trầu cau têm sẵn để trong "khay trầu rượu".

- *Gặp đây ăn một miếng trầu*
Không ăn cầm lấy cho nhau vừa lòng.

- *Thương nhau cau bảy bổ ba*
Ghét nhau cau bảy bổ ra làm mười.

Tập tục đám cưới vào Mùa Xuân thời xưa giờ đây vẫn còn phổ biến tại hải ngoại. Lễ nghi có thay đổi theo sự nhận thức và theo hoàn cảnh sống. Nhưng ý nghĩa của hôn nhân là nhằm "duy trì gia tộc" thuở xưa tới nay vẫn tồn tại trong suy nghĩ của không ít gia đình người Việt Nam. Nam nữ nay tuy "tự do luyến ái" nhưng chủ hôn vẫn do cha mẹ hai bên.

Người phụ nữ Việt Nam xưa có vị trí chính đáng trong gia đình. Như ta biết khi cúng lễ quan trọng như lễ cưới, người vợ luôn đứng ngang hàng với chồng trước bàn thờ. Chồng bên trái, vợ bên mặt (Bên trong nhìn ra). Trong gia đình, người vợ luôn được coi là "nội tướng", người giữ gìn tiền bạc, tài sản và giải quyết hầu hết mọi chi xài trong nhà. Người phụ nữ khi làm mẹ là người thay mặt chồng giáo dục, dạy bảo con cái. Về tình cảm, người vợ là người được chồng yêu quí nhứt trong nhà, nên có vị trí tình cảm nhứt đối với con cái.

Ngày nay người phụ nữ Việt Nam bước ra xã hội, nhưng vẫn vừa là nội tướng trong gia đình, vừa lo gìn giữ truyền thống văn hóa Việt Nam nơi xứ người.

Tập tục đám cưới đầu Xuân là nét đẹp của văn hóa Tết, đáng gìn giữ.

Khai bút ngày Mồng Một Tết, năm Mậu Tý, 2008

10. Nụ cười ngày Tết

Chớ bảo Xuân tàn hoa rụng hết,
Đêm qua sân trước một nhành mai
(Thiền sư Mãn Giác)

Tết là thời điểm kết thúc năm cũ bước sang năm mới. Tết Việt Nam còn mang ý nghĩa lễ hội, mang dấu ấn văn hóa truyền thống biểu thị bản sắc của chúng ta. Và Tết trở thành ước vọng của mọi người mình.

Ngày nay, gần đến Tết, không ai bảo ai, một cách tự nhiên, mọi người Việt cùng nhau dẹp bỏ ngày tháng dương lịch và quay trở về âm lịch ngày xưa.

Người ta hăm hở chờ Tết bằng cái thói quen dễ thương là đếm thời gian theo âm lịch.

Bắt đầu từ ngày 20 tháng chạp âm lịch thì gọi là 20 tết, 21, 22... tết. Rồi sau Tết, từ ngày mồng 1 tháng

Giêng âm lịch ta gọi là "mồng": mồng hai tết, mồng tám tết... Đến mồng 10 là hết Tết. Mọi người tự động quay sang lịch Tây, Dương lịch.

Nhờ có Tết Ta mà Ngày tháng âm lịch được người mình làm sống lại.

Với người Việt Nam, dầu bạn đang sống ở đâu, ở lứa tuổi nào, mỗi năm hễ đến tháng Chạp âm lịch thì thời gian như có cái gì huyền bí và kỳ diệu trong tâm thức mỗi người chúng ta. Ngày tháng âm lịch như nhắc nhở mỗi người Việt Nam về cội nguồn dân tộc, về truyền thống, về tổ tiên ông bà. Nhứt là đối với người xa xứ!

Cái cười của người Việt xưa nay

Theo Đại Nam quốc âm tự vị của Huỳnh Tịnh Của (1895), "cười là để tỏ niềm vui, hay chê bai".

Còn Nguyễn Văn Vĩnh (1882-1936) trong bài *"Xét tật mình"* đăng ở Đông Dương tạp chí số 6, năm 1913, đã chê:

"Dân An Nam ta có một thói là gì cũng cười. Người ta khen cũng cười, người ta chê cũng cười. Hay cũng hì, mà dở cũng hì, phải cũng hì, quấy cũng hì. Nhăn răng hì một tiếng, mọi việc hết nghiêm trang".

Thật ra cái cười của Việt mình xưa nay muôn vẻ, muôn hình, chớ không như lời trách của cụ Nguyễn Văn Vĩnh đâu! Tiếng cười của người mình có nhiều hình dáng lắm. Như là cười xòa, cười nheo mắt, cười nhích mép, cười mũi, cười dê, cười ruồi, cười cầu tài, cười rộ, cười như nắc nẻ, cười khà, cười ngất, cười huề vốn, cười trừ, cười gằn, cười mỉa, cười tình, cười nhạt, cười khan, cười khì, cười duyên, cười mím chi, cười gượng, cười thầm, cười nụ, cười động cỡn, cười nôn ruột, cười xí xóa, cười híp mắt, cười tắt hơi, cười chảy nước mắt, cười xã giao, cười ngặt nghẽo, cười như hề, cười hì hì, cười hô hố, cười the thé, cười ha hả, cười khanh khách, cười giòn giã, cười cộc lốc, cười sặc sụa, cười ngạo nghễ, cười khinh khỉnh, cười ngả ngốn, cười nửa miệng, cười đổ quán xiêu đình, cười nghiêng nước nghiêng thành, cười híp mắt v.v...

Người miền Bắc có những cái cười tiêu biểu như Ba Giai - Tú Xuất, Trạng Quỳnh, Trạng Lợn, Trạng Cờ, còn người Miền Nam lại có kiểu cười " tiếu lâm" vui chơi nhiều khi chẳng có ý gì cả.

Trần Tế Xương (1869-1907), văn thơ của ông tiêu biểu cho cái cười dí dỏm:

> *Bắt chước ai ta chúc mấy lời,*
> *Chúc cho khắp hết cả trên đời*
> *Vua, quan, sĩ, thứ, người muôn thuở*
> *Sao được cho ra cái giống người!*
> (Lời chúc năm mới)

Cười và tiếng cười nói chung mang tánh sinh học, thuộc về bản năng của con người, cho nên tiếng cười phát ra đôi khi một cách vô thức do phản ứng của cơ thể mà con người không kiểm soát được!

Riêng cái cười của người Việt Nam mình ngoài mang tánh sinh học, do nó thoát thai từ lịch sử, thực tiễn của cuộc sống, cho nên cái cười của người mình đã dung hòa giữa tính hài hước với thực tiễn, vừa vô thức vừa ý thức, lại có khuynh hướng lãng mạn nữa!

Nụ cười Di Lặc ngày Tết

Dầu là Phật tử hay không, gần đến tết, ai nấy, nhứt là nhà buôn bán, đều trưng dọn lại nơi trưng bày hình tượng Di Lặc cho khang trang, để gọi là đón mừng ngày đầu năm. Và từ đó cùng bái Ngài Di Lặc trong ngày Tết trở thành lễ nghi phong tục Tết của Việt Nam ngày nay.

Trong dân gian, hình ảnh Đức Di Lặc tượng trưng cho sự may mắn. Vào cửa hàng của người Việt, chúng ta thấy ngay hình/tượng Đức Di Lặc, ngồi cười khoe rún với các trẻ nhỏ vây quanh. Có người trưng hình/tượng Di Lặc đứng đưa cao hai tay lên trời và miệng cũng cười toe toét. Khách hàng, nhiều người tin rằng, vào tiệm lấy tay xoa lên rún Ngài Di Lặc sẽ gặp nhiều may mắn.

Ở Huê Kỳ, nhiều người da trắng, da đen, người Mễ... cũng tin như vậy nữa. Người ta tin rằng Đức Di Lặc không hề kỳ thị!

Ngày nay trong dân gian, niềm tin đối với Ngài Di Lặc đã thành huyền thoại, đầu kinh Phật không hề dạy như vậy!

*

Đức Di Lặc là một vị Phật thứ năm trong Hiền kiếp. Bốn vị Phật trong Hiền kiếp đã ra đời là:

1. Đức Cấu Lưu Tôn,
2. Đức Câu Na Hàm,
3. Đức Ca Diếp,
4. Đức Thích Ca Mâu Ni.

Và để nối ngôi Phật Thích Ca, Đức Di Lặc sẽ ra đời mà giáo hóa chúng sanh. Nhưng số kiếp Đức Di Lặc chưa đến, ngài còn ở trên cung trời Đâu Suất, thường hay hóa thân trong mười phương thế giới mà thuyết pháp độ sanh.

Sự tích nói, có lúc ngài Di Lặc hóa thân làm vị Hòa Thượng, thân hình khác hơn người thế tục, trán thì nhăn, bụng thì lớn, hình vóc mập mạp, đi đâu cũng mang theo một cái túi vải, nên mọi người kêu là Bố Đại Hòa Thượng. Tánh ngài hay khôi hài và chỗ ăn và nằm ngày đêm không có nhất định. Mỗi khi đi đường, ngài thường cầm gậy và mang cái túi bằng vải, không khi nào rời hai vật ấy ra khỏi mình, lại có 18 đứa con nít nhỏ (là lục căn, lục trần, và lục thức) thường đeo đuổi theo một bên mà giễu cợt làm cho ngài cười mãi mãi.

Di Lặc, có người gọi là Di Lạc, tiếng Phạn là Maitreya, theo nghĩa dịch là Từ Thị, là "người có lòng từ". Di Lặc là họ, còn chính tên là A Dật Đa (Adjita), dịch là Vô Năng Thắng. Ngài Di Lặc thuộc dòng dõi Bà La Môn, Nam Thiên Trúc (Ấn Độ).

Di Lặc là một nhơn vật lịch sử trong nhà Phật, ngày Mồng Một Tết là ngày Vía Đức Di Lặc cho nên hình ảnh ngài Di Lặc có một ý nghĩa đặc biệt đối với nhiều người Việt Nam là vậy.

Nụ cười Di Lặc.

Hội Thông Thiên Học cũng như Hội Long Hoa của đạo Cao Đài cũng có niềm tin đối với Ngài Di Lặc. Các nhà nghiên cứu Phật học lý giải rằng hình ảnh trẻ con bu quanh Di Lặc khác nào lục căn (mắt tai mũi lưỡi thân ý) quậy phá chúng ta, và Di Lặc biểu tượng sự chứng ngộ.

Đối với mọi người Việt Nam, ngày đầu năm, mồng Một Tết, thật thiêng liêng và vô cùng quan trọng. Tất cả mọi người, làm bất cứ việc gì, mọi cử chỉ phải thật nhẹ nhàng, thận trọng. Phải thận trọng từng lời ăn tiếng nói, nhứt là phải tỏ ra vui vẻ, hòa nhã với tất cả mọi người, trong mọi tình huống. Tất cả như đã trở thành tập quán, như nói lên lòng ao ước, mong sao năm mới an vui, hạnh phúc. Ngày Mồng Một, ngày Xuân như thế, cho nên hình ảnh Ngài Di Lặc trong nhà với nụ cười vui tươi cùng trẻ con thì thật còn gì bằng.

Nụ cười của Ngài Di Lặc nói lên đức tánh hỷ, xả. Cười hỷ-xả là nụ cười vui tươi chơn thật, hạnh phúc. Có hạnh phúc thì cuộc sống mới thật đáng sống. Mùa Xuân mọi người hãy Xả, tức là bỏ, bỏ tất cả những điều phiền muộn do người khác, hay do chính ta tạo ra cho ta, và hãy nở nụ cười trên môi cùng Di Lặc. Chính nhờ nụ cười của Đức Di Lặc khiêm tốn giản dị đã giúp mỗi chúng ta trở thành "Người Hạnh Phúc" trong cõi đời nầy rồi.

Ngày Mồng Một Tết, ngày đầu tiên của 365 ngày, không nhứt thiết chúng ta phải là Phật tử, hãy cùng nhắc nhở nhau trong gia đình, mọi người phải thực hành đức tánh hỷ xả, cùng nhau hướng đến một đời sống an vui, hạnh phúc. Chắc chắn chúng ta sẽ được vui vẻ hạnh phúc như ngài Di Lặc.

Xin mượn hai câu thơ của Thiền sư Mãn Giác *"Mạc vị Xuân tàn, hoa lạc tận / Đình tiền tạc dạ nhất chi mai"* để chúc nhau hưởng Mùa Xuân Di Lặc bất sanh, bất diệt.

Chớ bảo Xuân tàn hoa rụng hết,
Đêm qua sân trước một nhành mai.

11. Văn Hóa Uống Rượu của Người Việt

Chén vui nhớ buổi hôm nay
Chén mừng xin đợi ngày này năm sau.
(Nguyễn Du, Truyện Kiều)

Thức uống của người Việt mình chỉ có Rượu và Trà. Câu tục ngữ "trà dư tửu hậu" nói lên tập quán ăn uống người mình là: uống rượu xong mới uống trà.

Ngày xưa các nhà Nho mời rượu nhau gọi là "Chén tạc, chén thù". Chủ rót rượu mời khách gọi là "tạc", khách đáp lễ gọi là "thù". Trong các cuộc vui có uống rượu, người xưa thường đọc thơ, bình thơ, nên có chữ "bầu rượu, túi thơ".

Đua chí chén rượu câu thơ
Thuốc lào ngon nhạt, nước cờ thấp cao
(Nguyễn Trãi, Gia Huấn ca)

Rượu trước tiên dùng trong lễ nghi: *vô tửu bất thành lễ*. Rượu đời thường, trong tiệc tùng, ăn uống, bạn bè gọi là nhậu. Người đàn ông Việt Nam xưa nay tự cho rằng *Nam vô tửu như kỳ vô phong*, và lắm người tự hào mình là đệ tử của Lưu Linh, một nhân vật văn học nổi tiếng về tửu lượng. [Lưu Linh: Người đời Tấn (210-270), quê đất Bái (nay thuộc Từ Châu, Giang Tô). Là một trong "Trúc Lâm thất hiền": Kê Khang, Nguyễn Tịch, Sơn Đào, Hướng Tú, Lưu Linh, Nguyễn Hàm, Vương Nhung.]

Cho nên nói không sợ quá lời là rượu thuộc phạm trù văn hóa Việt Nam!

Việt Nam là dân tộc có truyền thống uống mợu. Người Việt Nam uống rượu khi ăn, mang ý nghĩa tương sinh hài hòa, thuận theo nguyên lý "âm dương phối triển" của Phương Đông.

Rượu Ta rượu Tây

Rượu ta -- quốc tửu, là rượu trắng, nấu bằng gạo, nếp thơm, đựng trong chai, đậy nút bằng lá chuối, bằng nút "cặc bần", không nhãn hiệu, không ghi nơi sản xuất. Rượu trắng được chưng cất theo phương cách thủ công trong dân gian có từ lâu đời rồi. Nên sách Lĩnh Nam Chích Quái mới viết: *"Dân ta lấy gạo làm rượu"*; còn sứ thần nhà Tống đi sứ qua nước ta về có nói rằng: *"Lê Hoàn vừa hát vừa uống rượu..."* (Lê Hoàn đánh thắng giặc Tống, làm vua tức Lê Đại Hành 980-1005).

Theo dòng lịch sử, rượu ngon nổi tiếng của ta là rượu làng Vân (Bắc Ninh), Nguyên Xá (Thái Bình), Trương

Xá (Hưng Yên), Nga Mi (Hà Tây), Quảng Xá (Thanh Hóa), Bắc Hà (Lào Cai), Kẻ Diên (Quảng Trị), Phụng Hiệp (Cần Thơ), Gò Đen (Long An), Củ Chi Hóc Môn (Sài Gòn - Gia Định), vân vân. Theo Đại Nam Nhất Thống Chí, rượu Kim Long ở Hải Lăng, Quảng Trị ngon hơn hết.

Hiện nay Việt Nam có bốn loại rượu trắng ngon nổi tiếng là rượu làng Vân xứ Bắc, Kim Long ở Quảng Trị, Bàu Đá Bình Định và đế Gò Đen Long An.

[Tên gọi rượu đế trong Nam xuất xứ từ chuyện người dân giấu rượu lậu dưới cây đế, sợ "Tàu Cáo" phạt. Cây đế là một loài cây giống cỏ năn, cỏ lác, cỏ tranh, lau sậy... mọc cao khỏi đầu. Cây đế tên khoa học Saccharum spontaneum, có thân cứng nhỏ, là đây cứng cắt rất đau, mọc thành bụi hoang, tốc độ mọc rất nhanh, có nhiều ở đồng bằng sông Cửu Long]

Rượu đế Gò Đen, Củ Chi còn gọi là *nước mắt quê hương*, nấu bằng nếp, có nồng độ cao. Rượu đế được đánh giá là ngon nhứt phải trong vắt, rót sủi tăm bọt nhỏ lăn tăn, uống có mùi vị thơm, ngọt, cay, có độ cồn tương đối cao từ 39 đến hơn 45 độ, uống vô thấy êm dịu và không gây nhức đầu chóng mặt. Theo dân gian ngày xưa rượu cho vào chai hạ thổ, chôn xuống đất 100 ngày có màu cánh kiến, uống ngon hơn rượu thường.

Rượu đế trong miền Nam thường uống trực tiếp, hay dùng ngâm với các loại thuốc Bắc thuốc Nam, theo các bài thuốc gia truyền nổi tiếng như Minh Mạng toa.

Rượu ngâm động vật hoặc một phần của động vật được ưa chuộng như rắn, tắc kè, bìm bịp, hổ cốt, cá ngựa... Các loại động vật hầu hết được ngâm sống, sơ chế hay nấu chín. Rượu rắn Phụng Hiệp Cần Thơ có tiếng là ngon từ năm 1960 tới nay vẫn còn.

Khi người Pháp mới đến Việt Nam, họ cấp phép cho dân nấu rượu cổ truyền, khuyến khích người Việt uống rượu để thâu thuế. Đến khi các nhà máy sản xuất rượu ra đời, Pháp ra lịnh cấm dân nấu rượu, ngừng cấp giấy phép nấu rượu gia đình, thành lập tổ chức gọi là "Tàu cáo", một loại thanh tra thuế, chuyên đi bắt phạt dân nấu rượu lậu.

Nhà có môn bài bán rượu của Công ty rượu Đông Dương (Société française des distilleries de l'Indochine) treo bán trước cửa có hai chữ "RA" (Régie d'Alcool - Sở rượu). Rượu của Công ty rượu Đông Dương, dân mình gọi là rượu Phông-tên, bởi công ty do A. Fontaine thành lập năm 1901, rượu nấu bằng gạo bắp nên lạt hơn rượu ta, nhưng giá cao 16 xu mỗi chai so với rượu ta chỉ có 14 xu.

Người Pháp mang vào Việt Nam ngoài súng đạn, còn có rượu chát.

Nhiều người mình bắt chước cách uống rượu Tây. Như rót rượu vào ly phải ở mức 1/2 - 2/3 ly để giữ được hương thơm của rượu, như uống rượu khai vị và rượu tráng miệng chỉ nên dùng với lượng vừa phải, vân vân.

Người Việt cũng học nguyên tắc dùng rượu Tây là "rượu nào thức ăn nấy".

Như:

- ***Rượu chát đỏ*** uống buổi tối thường là rượu nguyên chất không pha, đôi khi hơi chát, được dùng cho những bữa tiệc thịnh soạn hoặc với những thức ăn như thịt bò, thịt heo, thịt rừng, vịt, ngỗng và mì xào.

- ***Rượu chát trắng*** nhẹ hơn và có vị thơm, có thể cũng nguyên chất, chát hoặc ngọt và rất thơm. Dùng rượu chát màu trắng với các loại thức ăn như: gà, gà tây, cá, tôm cua sò, thịt jambon và thịt bê.

- ***Rượu hồng nhạt*** hơn rượu đỏ, có thể nguyên chất hoặc được pha ngọt. Những rượu này dùng với jambon, gà nướng, tôm sò cua, thức ăn nhanh và những món ăn buffet.

- ***Rượu khai vị*** dùng như rượu cocktail hoặc dùng trước bữa ăn để làm tăng thêm sự ngon miệng. Rượu cocktail nhẹ thường được làm từ trái cây.

- ***Rượu uống tráng miệng*** sau bữa ăn thì mạnh hơn và ngọt hơn rượu của bữa chánh. Có thể chỉ dùng rượu này không hoặc dùng thêm với trái cây, bánh nướng, phô-mai tráng miệng, bánh cake hoặc bánh quy.

Lời chúc rượu

Việt Nam mình là dân tộc có truyền thống uống rượu nhưng lại có rất ít *"những lời chúc rượu"* như các nước Tây phương.

Lời chúc rượu theo tiếng Anh là *toast*, là những lời nói trước khi chạm ly và uống rượu trong những dịp lễ,

Cụng ly rượu Tây chúc nhau và chào mừng năm mới.

những cuộc gặp gỡ chánh thức cũng như trong những cuộc vui trong đời sống thường.

Trong các buổi tiếp đón, chiêu đãi chánh thức, lời chúc thường được nói sau khi đã dùng món tráng miệng, thường là khoảng 10-15 phút sau khi buổi tiệc bắt đầu. Thường thì chỉ nâng ly chớ không chạm. Nếu chạm ly thì đàn ông luôn để ly của mình thấp hơn ly của phụ nữ. Trong khi nghe lời chúc thì không nên nói chuyện, không rót rượu. Người nói lời chúc thường là đứng, tất cả mọi người giữ ly rượu trong tay và cũng thường là đứng.

PHẦN V • MỘT THỜI ĐỂ NHỚ
11. Văn Hóa Uống Rượu của Người Việt

Phụ nữ, nếu không phải là cô dâu, thì thường là tiếp nhận lời chúc bằng cách mỉm cười, ngồi và đôi mắt nhìn xuống trong khi tất cả đều đứng. Phụ nữ giữ ly rượu trong tay mình và chưa uống, nếu tất cả chưa uống hết. Làm ngược lại sẽ được coi là người không khiêm tốn, không biết cách uống rượu!

Những lời chúc rượu quan trọng phải hướng về những nhân vật quan trọng. Thông thường là uống hết 100 phần trăm. Trong những buổi tiệc long trọng, đôi khi người ta uống xong, ném ly vào đá hoặc ném xuống sàn nhà.

Nói chung, từ chối uống rượu để chúc cho ai đấy, được hiểu là thiếu tôn trọng đối với người đó. Nếu một người không thể uống được thì cũng nên làm ra vẻ như mình đang uống. Nếu nâng ly nước lã thì không được nói lời chúc.

Nếu nói tiếng Việt thì thường người ta nói: *Chúc sức khỏe!*
Tiếng Anh: *Cheers!* Tiếng Pháp: *Santé!*

Từ đâu mà có lời chúc rượu?

Lời chúc rượu có từ thời Hy Lạp cổ đại. Thuở đó người ta quan niệm rằng ăn uống ẩm thực bao gồm cả ngũ quan là thị giác, xúc giác, vị giác, khứu giác và thính giác. Thông thường khi ta uống rượu thì MÀU rượu mắt đã nhìn, MÙI rượu mũi đã ngửi, VỊ rượu lưỡi đã nếm, bàn tay RỜ ly rượu... nhưng THANH rượu tai chưa nghe.

Bia rượu trong đời thường cụng ly mời nhau.

Thế là cần phải chạm ly/cốc để rượu phát ra âm thanh của nó. Người ta còn nói rằng cùng một cái ly, nhưng với những loại rượu khác nhau, khi chạm ly ta sẽ nghe ra những *"tiếng rượu nói"* khác nhau! Không biết đúng vậy không?

Ngày nay, những lời chúc rượu không quá ư lịch thiệp, cao kỳ như người xưa nữa.

Mà là ngắn gọn hơn, hoặc là vui nhộn nhiều hơn. Trong những cuộc vui, người nói lời chúc rượu có thể là đọc một câu thơ, một câu danh ngôn hoặc là kể một câu chuyện vui, một tình huống vui nhộn nào đấy để làm cái cớ bắt vào lời chúc. Nói chung, tính chất nghiêm túc hay vui nhộn của lời chúc phụ thuộc vào tình huống của cuộc vui và đối tượng mà lời chúc hướng đến.

*

Việt Nam không phải là dân tộc có truyền thống nói lời chúc rượu như Tây phương. Dầu vậy từ xa xưa người Việt đã có câu *"Chén tạc, chén thù"*. Chủ chúc là "tạc", khách chúc đáp lễ là "thù". Ngày Tết xin mượn hai câu thơ Nguyễn Du để thù tạc vậy.

Chén vui nhớ buổi hôm nay
Chén mừng xin đợi ngày này năm sau.

Mùa Thu năm 2008

12. Đình Làng Việt Nam

Ngang Đình lột nón chào Thần,
Hạc Thần đủ cặp sao mình lẻ đôi!
(Ca dao)

Thuở xưa thành hoàng thờ trong nhà hoặc trong miếu, khi làng có đám thì mới rước về Đình. Nghè là cái miếu nhỏ ở miền Bắc, nay ít thấy ai dùng chữ Nghè nữa.

Ngói đỏ lợp Nghè, lớp trên đè lớp dưới.
(Câu đối)

Về sau vua đặt ra lệ các đại thần, các người có công đức ở địa phương khi chết sẽ được sắc phong làm phúc thần và được thờ long trọng ở đình làng.

Từ đó về sau đình Việt Nam ngoài thờ thành hoàng (thần không rõ danh tánh) còn có lệ thờ phúc thần.

Tất cả các vị thần thờ trong đền, miếu, nghè, đình, đều được Bộ Lễ lập danh sách dâng lên nhà vua để phong sắc làm ba cấp: thượng đẳng, hưng đẳng hoặc hạ đẳng tùy theo công đức.

Từ đó trong dân gian và ngôn ngữ chúng dùng chữ "công thần" để chỉ những người có công với nhà vua hay với một triều đại.

Lệ phong thần tồn tại ở miền Nam đến cuối đời nhà Nguyễn, chấm dứt khi ông Ngô Đình Diệm truất phế quốc trưởng Bảo Đại.

Đình ở nước mình xây mặt về hướng Nam. Đình theo thông lệ phải được cất nơi vị trí tốt nhứt trong làng; tùy theo địa lý phong thủy ở địa phương hoặc cất trên gò nổi, đồi cao, nơi tụ thủy, quay ra sông, nhìn ra đồng ruộng… với hy vọng dân trong làng làm ăn thịnh vượng, có người học hành thi đậu làm quan!

Đình được cất ở đầu làng hoặc giữa làng để tiện lợi cho dân thường xuyên lui tới mỗi ngày. Đình làng là nơi có cảnh trí trang nghiêm, có ao làng chứa nước cho dân xài, dưới ao thả sen nuôi cá, bên cạnh có cây đa, nhiều cây cổ thụ làm cho cảnh quang thêm u tịch và linh thiêng.

Mái đình xưa nay là một hình ảnh thân thương và gần gũi bao đời đối với người mình. Nên

Các hình nhân trên nóc mái đình Bình Thủy.

trong cách nói cách suy nghĩ của người chúng ta thì tiếng "Mái" mang ý nghĩa đùm bọc, che chở, nâng đỡ về tinh thần và tình cảm hơn là công dụng thông thường che mưa che nắng. Hình ảnh cái mái trường, mái tranh, mái lá, mái nhà, mái ấm, mái đình bao hàm sự thương yêu, biểu thị tình cảm, những kỷ niệm của những con người có liên hệ.

Với người dân trong làng, đình là niềm hãnh diện chung của mọi người bởi nơi đó tiêu biểu về kiến trúc, về nghệ thuật trang trí và hoành tráng, qui mô bề thế nhứt trong làng. Cột to tròn làm bằng danh mộc quý ở địa phương, được bào chuốt bóng, to cả người ôm không giáp, nên dân gian mới nói "to như cột đình".

Đình có 3, 5 hoặc 7 gian cộng thêm hai chái, có hàng hiên dọc hai bên hoặc chung quanh. Cột, kèo, rui, giàn trò được chạm trổ tinh vi. Đặc biệt mái đình lợp hai lớp ngói để chịu đựng thời tiết mưa gió lâu đời. Ngói đình nhiều như thế nên được người bình dân đem ví, đem so với tình yêu trai gái là vậy.

Qua Đình ghé nón trông Đình,
Đình bao nhiêu ngói, thương mình bấy nhiêu!
(Ca dao)

Phần trong đình có hậu cung với cửa đóng then gài, là nơi thờ thần, khi đến ngày hội mới mở cửa. Hai bên hậu cung có cửa ngang để mỗi ngày người chấp sự vào thắp nhang đèn. Tiền đình có lót sàn gỗ để dân làng hội họp hoặc tiệc tùng.

Trên sàn có trải chiếu bông, các chấp sự, viên chức xã quan tùy chức phận được mời ngồi theo thứ lớp theo ngôi thứ. Nói "chiếu trên chiếu dưới" là vậy.

Ở lục tỉnh ngày xưa, trước đình có xây cái nhà vuông gọi là nhà võ ca để tổ chức hát bội trong dịp cúng kỳ yên. Bên trong hậu cung trang trí rực rỡ với chạm trổ sắc sảo, sơn son thếp vàng. Bàn thờ có đôi hạc, có treo hoành phi, chữ triện, đại tự, mai trúc…

Kiến trúc đình Việt Nam từ trước đến thế kỷ XVII mang nét tự nhiên, dân gian, đơn giản gần với kiến trúc nhà ở. Đến thế kỷ XVII kiến trúc Đình nguy nga, đồ sộ và trang trọng hơn. Càng về sau này lại trở nên nghèo nàn rồi mai một đến nay!

Lễ cúng Thần Nông trong đình.

Đình làng chúng ta lúc đầu kiến trúc chịu ảnh hưởng Trung Hoa, càng về sau mang sắc thái riêng, nói lên tánh tự chủ và độc lập được thể hiện rõ, đặc biệt là cái sân trong đình.

Hát bội trong đêm cúng đình.

Ngoài Bắc có mấy ngôi Đình xưa cất vào thế kỷ XIV từ thời nhà Mạc như đình Tây Đàng, Đình Tràng ở Sơn Tây cất hình chữ Nhứt. Đình làng Cổ Loa ở Phúc Yên, đình Kim Liên ở Hà Nội cất theo chữ Đinh.

Thời Hồng Đức có ra luật làm đình phải cất hình chữ Công như Đình Bảng ở Bắc Ninh còn hiện nay.

Từ khi Nguyễn Hoàng vào đàng trong đem theo lối kiến trúc ngoài Bắc vào qua kiểu đình Hương Thủy. Đến Nha Trang cung cách đình làng có vẻ đơn giản hơn như đình Xóm Cầu Bóng Nha Trang.

Ở miền Nam, vùng sông nước Cửu Long đình làng được xây dựng đồ sộ, qui mô hơn miền Trung như đình Bình Thủy - Cần Thơ, đình Tân Phú Trung - Sa Đéc, đình Châu Phú - Châu Đốc...

Đình trong miền Nam mới có từ thế kỷ XIX phần lớn cất theo hình chữ nhựt, quy mô và phức tạp hơn cả đình miền Bắc. Sau đình có nhà hội, có sân bên trong kín đáo, có nhà Võ Ca, có sân khấu để hát bội vào dịp cúng kỳ yên.

Đình ở lục tỉnh nhìn chung xây cất đồ sộ, phong thái độc đáo do sự phối hợp với nhiều nền văn hóa địa phương.

Xem như vậy, Đình làng Việt Nam từ khi xuất hiện là nơi thờ thành hoàng, nơi đại diện cho quyền lực nhà vua ở địa phương, nơi che chở và phò hộ cho dân được an vui, nơi trừ ếm hung khí, ma quỉ... Sau này đình mới có lệ thờ thêm phúc thần.

Đình còn là nơi sinh hoạt của cộng đồng xã thôn, làm trường học, là nơi công lý, là trung tâm văn hóa, là nơi vui chơi hội hè.

Hình ảnh Đình làng với con đường đất đỏ có con sông nhỏ chảy qua, có cây đa, ao sen, giếng nước luôn là hình ảnh quen thuộc, gắn bó với đời sống của bao thế hệ người mình từ khi mới sanh ra đến khi nhắm mắt.

"Làng tôi nằm dựa con sông,
Con đường đất đỏ, ngăn dòng nước xanh.
…Dầu cho thế cuộc xoay vần,
Dân làng tôi vẫn làm lành với nhau.
…Tôi đi từ bấy đến giờ,
Đêm đêm tôi ngủ thường mơ thấy làng.

(Trích bài Làng Tôi của Vũ Quỳnh Bang, Bách Khoa 15 Tháng Giêng 1959)

Đình làng vì vậy luôn là cái gì gợi nhớ gợi thương đối với mỗi con người Việt Nam chúng ta, dầu bạn đang sống nơi ngàn trùng xa cách...

13. Cưới Hỏi Xưa và Nay

Theo đạo lý của người mình ngày xưa, thì mục đích của hôn nhân là *"để có con cái, cho dòng dõi tiếp tục tồn tại, và duy trì việc thờ cúng"*.

Do vậy người con trai đàn ông sống độc thân, bao giờ cũng bị gia đình và xã hội chê trách. Sống độc thân là hành động bất hiếu, đôi khi còn là đối tượng bị "khinh rẻ!" Ở miền Bắc thời xưa, người đàn ông độc thân đôi khi còn bị mất chỗ ngồi "chiếu trên", không được tham dự vào việc làng, bị cô lập trong cộng đồng ở nông thôn!

Người phụ nữ thì trái lại. Cuộc sống độc thân của người con gái luôn luôn được xã hội coi trọng. Một người con gái ở vậy, không chịu lấy chồng, để lo nuôi dưỡng chăm sóc cha mẹ già hay thay cha mẹ để nuôi em trai, em gái cho thành người luôn được gia đình và xã hội đề cao.

Đặc biệt, người phụ nữ sau khi chồng chết, ở vậy không tái giá, là hình ảnh đẹp, được tán tụng, ca ngợi và thi vị hóa "như giọt sương đọng trên lá!"

Sương sa lác đác ngoài trời,
Nửa đêm đôi nguyệt tìm người cố tri.
(Ca dao)

Nhiều mỹ từ chỉ người phụ nữ chồng chết, ở vậy không tái giá như: sương phụ, sương sắc, sương phòng, sương khuê, sương cư, sương tư (của riêng của góa phụ do chồng để lại), sương thái hậu... Bà Sương Nguyệt Anh, là biểu tự của bà Nguyễn Thị Khuê, con gái thứ 5 của danh sĩ Nguyễn Đình Chiểu, sau khi chồng chết sớm, ở vậy, tiết liệt đoan trang, được xã hội kính trọng cho tới ngày nay. Thời Việt Nam Cộng Hòa, Sương Nguyệt Anh là tên một trong ba trường nữ Trung Học ở Sài Gòn. (trường Gia Long, Lê Văn Duyệt, Sương Nguyệt Anh)

- Hai chữ *"Hôn nhân"* do chữ *Hôn* là *buổi chiều,* *Nhân* là *nhà chàng rể*, nói lên người mình ngày xưa theo chế độ *"phụ hệ"*. Người con gái theo chồng. Con cái sanh ra lấy theo họ cha. Đàn ông Việt Nam gọi vợ là *Nội* như *hiền nội, nội tướng*.

Mỗi người sanh ra mang hai họ: họ cha tức họ Nội, họ mẹ tức họ Ngoại. Dầu họ ngoại không hiện hữu nhưng vẫn được tôn trọng. Luật thời nhà Lê trừng trị những đứa cháu chống lại ông bà ngoại mình.

Con người sanh ra, mặc nhiên đã mang hai họ Nội và Ngoại. Khi người con trai lấy vợ thì còn có thêm họ thứ ba: Họ bên nhà vợ nữa.

Bên Nội: mỗi người có ông bà nội, anh em, chị em ruột, bác trai bác gái, chú thím, cô dượng, anh chị em nhà bác nhà chú, con cô con bác. **Bên ngoại** cũng vậy, mỗi người có ông bà ngoại, có dì dượng, anh em con dì.

Luật Gia Long qui định chi tiết thời gian để tang, tang phục như áo quần khăn mũ cho mỗi thành viên trong họ khi có người trong Họ qua đời, nên nhìn vào đám tang có thể phân biệt vị trí mỗi người trong Họ. Nay tang phục đơn giản hơn, chỉ còn phân biệt vợ/chồng, con trai/con rể, con gái/con dâu, cháu nội/ngoại.

Họ là chỉ danh của *một gia tộc do một ông tổ dựng nên*. Họ của người Việt không nhiều, họ gốc ước tính không tới 400. Trước đây, trong cuộc điều tra của nhà nghiên cứu nhân chủng Pierre Gourou, thì có 202 Họ ở châu thổ Bắc Kỳ.

Để phân biệt giữa những người trong một Họ, trong một gia đình với nhau thì người ta đặt thêm Tên và thêm chữ Lót giữa họ và tên. Người mình viết Họ trước đến chữ Lót và sau cùng mới đến Tên. Trong khi gọi nhau thì chỉ cần gọi Tên, không ai gọi kèm họ và chữ lót.

Do người Việt nam không có nhiều Họ, Họ gốc của người Việt Nam càng ít, nên có rất nhiều người cùng Họ nhưng thật ra chẳng có quan hệ gì nhau cả.

- **Mai mối** trong hôn nhân ngày xưa là tập quán và trở thành lễ tục. Hôn nhân không thể không có mai mối, sắp đặt, giới thiệu. Hôn nhân ngoài mai mối không được gia đình và xã hội thừa nhận.

Ông mai là ai? Theo "Nguyễn Văn Huyên, *Văn minh Việt Nam*", mai mối là những người:

"Trong các gia đình có địa vị xã hội cao, bao giờ cũng là một người đàn ông đứng tuổi đáng kính và có học vấn, khéo léo xử sự và rất tế nhị, và về nguyên tắc vẫn còn "vợ cả" và đông con cháu. Đó thường là một người bà con tương đối xa, một viên chức cao cấp đã hưu trí hay một vị thân hào đang tại chức có một uy tín nhứt định."

Sau nầy mai mối thường là người đàn bà. Ngày nay hôn nhân không còn hoặc hiếm thấy có người mai mối, mà chỉ thấy người đại diện đàng trai hoặc đàng gái sắp xếp nghi thức trong lễ cưới tại nhà hay tại chùa, người nầy thông thường là bà con của hai họ. Tại tiệc cưới thì người MC có khi kiêm nhiệm đại diện hai họ chào mừng, cảm ơn quan khách.

Mai mối theo nguyên tắc là người do cha mẹ của chú rể cậy nhờ *"đi tìm người con gái xứng đáng cho con trai mình"*. Mai mối như vậy thuộc nhà trai. Đàng gái không có mai mối.

Ngày xưa, người mai mối đến nhà cha mẹ cô gái, biếu ít trầu cau để ngỏ lời, và thông thường cha mẹ cô gái trả lời lấp lửng để có thời gian tìm hiểu chàng trai và gia thế đàng trai. Ít lâu sau có cuộc thăm viếng thứ hai của người mai mối. Nếu được chấp nhận bên nhà gái, thì người mai mối đại diện đàng trai xin "ngày giờ tháng năm sanh" của cô gái để nhờ thầy coi tuổi. Nếu không hợp hay hai tuổi xung khắc, coi như chấm dứt.

Nếu mọi việc thuận lợi, hai bên bắt đầu tiến tới lễ thứ nhứt của hôn nhân là "chạm ngõ", một trong 6 lễ: Chạm ngõ (coi mắt), Ăn hỏi (vấn danh), Nạp cát (báo ngày tốt), Định ngày cưới, Nạp sính lễ, Lễ Rước dâu. Trong 6 lễ thì lễ hỏi được coi quan trọng nhứt. Ngày nay, lễ cưới xem là quan trọng nhứt.

Làm rể, ở rể

Thuở xưa từ ngày lễ hỏi đến ngày cưới là thời gian khá dài và vì không có qui định nào về thời gian nên có khi đến 3 năm. Trong thời gian đó người con trai có bổn phận "làm rể" chờ đến ngày đám cưới. Thời gian làm rể, nhà trai phải "thủ lễ" đối với nhà gái, với đầy đủ lễ vật quà biếu, mùa nào của nấy. Ngoài các ngày lễ trong năm như Tết, tảo mộ, Thanh Minh, ngày rằm, Trung Thu, còn những ngày cúng giỗ, ngày vui gia đình bên nhà gái như tân gia, mừng thọ... Nhiều gia đình nhà gái còn nhờ chàng rể chưa cưới đến phụ giúp làm ruộng, sửa nhà, đào ao... những công việc nặng nhọc như chẻ củi, xay lúa, gánh nước...

Trời mưa cho ướt lá khoai,
Công anh làm rể đã hai năm ròng.
Nhà em lắm ruộng ngoài đồng,
Bắt anh tát nước cực lòng anh thay.
Tháng chín mưa bụi gió may,
Cất lấy gàu nước, hai tay rụng rời.
(Ca dao)

Làm rể khác "ở rể"

Nếu sau khi cưới, chàng rể nào chịu về ở luôn bên nhà cô dâu, gọi là "ở rể" hay còn gọi là "gả bắt rể". Ngày xưa các bà chồng chết, nhà có có tiền của mà chỉ có một đứa con gái, khi gả chồng thường đặt điều kiện "gả bắt rể", để có chỗ nương tựa khi về già. Khi gả bắt rể nhà gái không đặt điều kiện sính lễ, của hồi môn, tiền bạc đám cưới. khi ấy chàng rể coi như con trai, là thành viên chánh thức trong gia đình. Trong xã hội, có người cho ở rể là may mắn và có phước; có người cho ở rể là điều "xấu hổ", tủi thân phận làm trai!

Chàng trai chịu ở rể phần lớn là thư sinh nghèo, học giỏi có chí được thầy dạy chữ Nho thương mến nên gả con gái cho. Hoặc con mồ côi cha, nhà nghèo nhưng siêng năng, hiền lành, làm mướn được chủ điền, chủ hãng thương gả con gái cho. Ngày nay thỉnh thoảng cũng có trường hợp "làm rể, ở rể".

- Sau ngày cưới, đôi vợ chồng phải mang lễ vật và quả về bên nhà gái để làm lễ "nhị hỷ". Có gia đình làm lễ "tứ hỷ". Trong miền Nam gọi là lễ "phản bái", được tổ chức ba ngày sau khi cưới. Lễ vật thường là cặp vịt, rượu, trà và bánh. Đây là lễ vật đầu tiên của con rể mang đến nhà vợ để tỏ lòng "thảo". Hôm đó chàng rể phải phụ vợ nấu cúng và tự tay hai vợ chồng thết đãi bà con bên nhà gái đến mừng; một hình thức cảm ơn những người giúp lo đám cưới của mình. Đây là tập tục vừa đẹp vừa có ý nghĩa. Ngày nay nhiều cặp vợ chồng sau khi cưới cũng có tổ chức tiệc nhỏ trong nhà hàng để cảm ơn những người giúp mình. Một hình thức nhị hỷ tứ hỷ, phản bái.

Thuở xưa nhị hỷ hay phản bái còn là dịp bà mai tâm sự với cô dâu, hỏi han chia sẻ và chỉ bảo về việc "phòng the"! Ngày phản bái không thể thiếu người mai mối là vì vậy.

Ở đời có bốn cái ngu,
Làm mai, lãnh nợ, gác cu, cầm chầu.
(Ca dao)

Làm mai xem ra là cái khổ, "cái ngu"! Danh dự dành cho người làm mai chỉ là cái đầu heo. Bấy giờ người mình quan niệm "Đầu heo" là lễ vật. Thuở xưa thịt heo rất hiếm, ít khi được ăn. Ngày đám cưới mới có làm heo. Theo tập tục, sau khi làm heo, nhà trai phải đem biếu ông mai cái đầu heo và đĩa đồ lòng heo để tỏ lòng biết ơn. Còn cái nọng heo thì dành biếu cho ông thầy coi tuổi, định ngày cưới, giờ rước dâu. Đối với ông thầy là nhà tu thì lễ vật là trà bánh, hoa quả dùng để cúng Phật.

Thế nào là hôn nhân không đúng phép?

Tảo hôn là việc cha mẹ dựng vợ gả chồng cho con cái khi chúng còn nhỏ tuổi! Tảo hôn chỉ có ở miền Bắc ngày xưa, được xã hội thừa nhận, mặc nhiên coi là đúng phép. Luật pháp xưa không có qui định tuổi cho trai gái lập gia đình như ngày nay. Thông thường, theo kinh nghiệm thì khi trai gái đến tuổi dậy thì, nghĩa là biết "chuyện ấy" thì cha mẹ lo dựng vợ gả chồng. "Nữ thập tam, nam thập lục".

Có 9 trường hợp hôn nhân không được luật pháp và xã hội công nhận. Đó là:

Tráo hôn; Gian dối bằng cách đem vợ hay nàng hầu gả cho người khác; Đem vợ gả cho người để cưới vợ khác; Nhà có đại tang; Bà con họ hàng lấy nhau; Cậy quyền buộc người lấy mình; Lấy người can tội bị truy lùng; Thầy tu lấy vợ; Phụ nữ lấy hai chồng.

Hôn nhân xưa là do cha mẹ định liệu, cha mẹ không đồng ý hay ngăn cản thì hôn nhân không có giá trị và sẽ không được luật pháp thừa nhận. Nếu cha mẹ qua đời người thay cha mẹ là tôn trưởng, hay người anh.

Người chồng muốn cưới vợ lẽ phải được vợ cả đồng ý, nếu không đồng ý thì người vợ cả có quyền ngăn trở. Người trông coi việc hôn thú trong làng cũng có quyền

Hôn lễ ngày nay.

"ngăn hôn" nếu biết chàng rể cô dâu, một trong hai người phạm 1 trong 9 điều nêu trên.

Con gái chưa qua hôn lễ mà lỡ có mang, nhưng không bỏ trốn mà tự nguyện thú nhận và chịu lỗi với cha mẹ và xóm giềng, chỉ danh người tình nhân của mình cũng được thừa nhận. Trường hợp nầy cha mẹ nhà gái phải làm lễ gọi là "lễ thú phạt", lệ nầy chỉ có ở miền Nam. Tới nay vẫn còn.

Lễ thú phạt chỉ áp dụng ở phía nhà gái, theo đó thì nhà gái phải tổ chức tiệc mời họ hàng, chòm xóm thân thích đến dự như là cách để tạ lỗi vì con gái mình lỡ dại.

Lễ thú phạt là hình thức "hợp thức hóa hôn nhân cho đôi trẻ, thay hôn lễ. Người được mời dự lễ "thú phạt" không phải mang quà mừng như đi ăn cưới. Sau lễ thú phạt trai gái công khai ăn ở nhau, họ cũng được gia đình và xã hội thừa nhận.

"Để vợ" và "không được phép để vợ"

Người phụ nữ ngày xưa sau khi đã có chồng nhưng phạm một trong 7 điều sau đây gọi là "thất xuất", sẽ bị chồng đuổi ra khỏi nhà. Đó là:

Không con, Dâm dật, Không thờ cha mẹ chồng, Lắm điều, Trộm của chồng và gia đình chồng, Ghen tuông, Có ác tật.

Tuy nhiên người xưa cũng quy định ba điều gọi là "tam bất xuất", không cho chồng đuổi vợ ra khỏi nhà, nếu khi: Vợ đã để tang 3 năm nhà chồng. Trước nghèo sau giàu, không còn chỗ nương tựa. Nay tự do luyến ái và tự do ly dị.

Người phụ nữ xưa sau khi chồng chết 3 năm mới được tái giá. Theo tục thì cha mẹ chỉ gả con gái một lần, nên khi tái giá cha mẹ không tham gia.

Nếu vì lý do gì mà người phụ nữ có chồng nhưng chưa có con mà bỏ chồng thì phải bồi thường cho nhà chồng chi phí hôn nhân có khi lên gấp 2, 3 lần. Nên mới có câu tục ngữ:

Chồng chê chồng bỏ,
Vợ chê vợ đền.

Trường hợp người phụ nữ có chồng có con mà bỏ chồng gọi là "Xuất mẫu" thì tất cả tài sản của hai người gồm cả con cái đều thuộc về chồng.

14. Lái Thiêu với người Sài Gòn xưa

Đêm rằm mười sáu trăng treo
Anh đóng giường lèo, cưới vợ Lái Thiêu.
(Ca dao)

Năm xưa, có bao chàng trai người Minh Hương bỏ tiền ra mua cho được chiếc giường. Có điều tôi biết chắc là người Sài Gòn xưa mong cuối tuần đi Lái Thiêu đổi gió và ăn trái cây, nhứt là cứ độ từ tháng 5 đến tháng 8, là mùa trái cây ở Lái Thiêu chín rộ.

Đất Bình Dương - Thủ Dầu Một ra đời cùng lúc với lịch sử hình thành Sài Gòn - Đồng Nai, thuở Nguyễn Hữu Cảnh "mang gươm đi mở cõi". Đất Bình Dương nằm trong vùng chuyển tiếp giữa cao nguyên Nam-Trung Phần với đồng bằng sông Cửu Long nên thế đất bằng phẳng hơi dốc, có độ cao trung bình 20-25m so với mặt biển, rất thích hợp với các loại cây công nghiệp và cây ăn trái. Và Lái Thiêu là một trong 5 quận thuộc tỉnh Bình Dương từ lâu đã nổi tiếng với vườn cây trái rộng trên diện tích 1.250 ha.

Thuở trước, Bình Dương là một phần của tỉnh Thủ Dầu Một. Đến tháng 12 năm 1899 tỉnh Thủ Dầu Một được thành lập từ Sở Tham biện Thủ Dầu Một, tách từ tỉnh Biên Hòa. Tới thời Việt Nam Cộng Hòa, tỉnh Bình Dương (là một trong 22 tỉnh của Nam Phần Việt Nam được thiết lập theo Sắc lịnh số 143-NV ngày 22 tháng 10 năm 1956) bao gồm tỉnh Thủ Dầu Một và một phần tỉnh Bình Long, có 5 quận, tỉnh lỵ là Phú Cường. Người Bình Dương trong lịch sử của mình đã làm nên di sản văn hóa miệt vườn "đặc trưng miền Đông" và làng nghề truyền thống điêu khắc gỗ, đồ gốm và tranh sơn mài, tiếng tăm vang lừng cả nước cho tới ngày nay.

Lái Thiêu cách Sài Gòn khoảng 20 km, thuở xưa là nơi nghỉ cuối tuần tuyệt diệu "dành riêng" cho người Sài Gòn. Lái Thiêu còn nổi tiếng là điểm hò hẹn của các lứa tuổi... Lái Thiêu tuyệt vời như thế nhưng hồi đó đâu phải người Sài Gòn nào cũng biết thưởng thức Lái Thiêu đâu!

Qua khỏi cầu Bình Triệu, theo Quốc lộ 13 đi khoảng 20 phút chúng ta sẽ đi vào Lái Thiêu, một vùng đất vườn cây xanh tốt, mát lạnh (trung bình 26 độ, mùa tết 24 độ C), không khí trong lành. Vào trong làng, sâu vào là những nhà vườn, nơi đây có sông có rạch đưa nước len lỏi vào từng góc vườn, có những con đường đất đỏ quanh co theo các lùm cây rợp bông trái trĩu trên đầu...

Sầu riêng Lái Thiêu.

Người Sài Gòn đến Lái Thiêu một phần vì tiếng đồn "Sầu riêng Lái Thiêu".

Quả không sai! Nói đến Lái Thiêu không thể không nhắc cái tên "Sầu riêng Lái Thiêu". Trái sầu riêng ở đây được liệt vào hàng ngon, bổ nhứt và đắt giá nhứt. Sầu riêng trồng được ở Lục Tỉnh nhưng trái không ngon bằng sầu riêng trồng ở Lái Thiêu.

Người Pháp gọi trái sầu riêng là Durian, hay Durion. Người Việt mình gọi là sầu riêng, và phải chăng tiếng "sầu riêng" do ta đọc trại từ tiếng "Djoerian" của người

Malaysia mà ra chăng? Trái sầu riêng không giống trái mít như có người lầm tưởng!

Cây sầu riêng có tên khoa học là Durio Zibethinus, hay Durio Capparis thuộc họ thảo mộc Malvacées hay Bombacacerae, cùng họ với cây gòn-gao, cây bông vải. Bổ tách trái sầu riêng ra, bên trong có nhiều múi như trái gòn, trái bông vải.

Cây sầu riêng nguyên thủy mọc ở rừng Malaysia, người ở đây gọi là cây Djoerian. Người Tàu sang Malaysia buôn bán, họ mang hột về trồng tại Ấn Độ, Thái Lan, Cambodia.

Đến khi người Pháp chiếm Nam Kỳ, có một số cố đạo truyền giáo Gia-Tô theo vô xứ Lái Thiêu, và những nhà truyền giáo nầy đã mang nhiều giống cây trái lạ từ các xứ khác vào đây, trong đó có cây sầu riêng. Người Lái Thiêu kể lại, vào năm 1890 có cố đạo người Pháp tên là Cernot đem hột sầu riêng từ xứ Nam Dương về trồng ở họ đạo Tân Quy. Có lẽ đây là cây sầu riêng đầu tiên của Lái Thiêu?

Cây sầu riêng cao lớn tới 20m. Lá hình bầu hơi dài, hoa mọc ở nhánh, trái to, vỏ có gai rất nhọn. Trái cho nhiều múi, mỗi múi có từ 1 đến 5 hột như hột mít. Hột có bao bọc một lớp cơm mềm, màu trắng vàng óng như màu mỡ gà, giống như múi mít mật, mít ráo.

Sầu riêng chín có mùi rất đặc biệt, gọi là mùi sầu riêng. Mùi xuất phát từ lớp cơm sầu riêng, bay xuyên qua vỏ tỏa ra ngoài. Mùi sầu riêng mạnh hơn mùi mít, người thích thì khen là thơm, ai không ưa thì cho là mùi "khó chịu". Nói gì thì nói là hễ đã "chịu ăn" sầu riêng rồi thì thấy nó ngon-bùi-béo-thơm và ghiền luôn.

Cây sầu riêng trổ bông ba đợt trong một năm, cho 60 đến 90 trái. Từ khi trổ bông đến khi trái đậu là 20 đến 25 ngày, và từ ngày trổ bông đến ngày kết trái và chín là 5 tháng. Mùa sầu riêng từ tháng 5 đến tháng 9 dương lịch. Sầu riêng khi "chín mùi" thì tự nhiên ban đêm rụng xuống gốc. Chủ vườn không ai để trái chín muồi cả, mà cắt sầu riêng trước khi chín, nhiều khi trái đem đi bán hãy còn xanh là vậy.

Mua sầu riêng phải là "người chuyên môn" mới biết trái sầu riêng nào ngon. Sầu riêng chín già bao giờ cũng ngon hơn trái non đem "dú ép" cho chín giả. Trái già nhìn vỏ có màu vàng đậm, gai nở cách xa nhau, gai to và đều. Trái vỏ còn xanh thì phần nhiều ruột chưa chín hết, cơm mỏng và không mềm. Cho nên khi mua, có người đòi người bán khoét một lỗ – gọi là thử: coi màu sắc, coi cơm cứng hay mềm, nếm ngọt lạt... Vậy mà nhiều lúc vẫn bị lầm!

Có người cho rằng sầu riêng ăn rất bổ, giúp nhuận tràng, ăn vô thấy hết mệt nhọc. Những người mà da khô hay nứt nẻ, có gai, nhất là phụ nữ, ăn nhiều sầu riêng sẽ làm cho da nhẵn mịn. Ngày xưa phụ nữ ở Malaysia thường lấy cơm của trái sầu riêng và mỡ của trái bơ làm thuốc xoa bóp cho da trở nên mịn, đẹp, chắc và bóng mịn.

Măng cụt Lái Thiêu cũng là trái cây níu kéo người Sài Gòn.

Măng cụt Lái Thiêu.

Măng cụt loại trái cây được xem là nữ hoàng của cây ăn trái nhiệt đới, trái có hình dáng đẹp dễ thương và chứa nhiều chất bổ dưỡng. Trái măng cụt chín có màu tím sẫm nhìn bắt mắt, bổ ra bên trong màu trắng tinh gợi cảm, hương thơm dịu mát quyến rũ, và bạn có thể ăn no mà không sợ đầy bụng.

Măng cụt Lái Thiêu trồng theo kỹ thuật cách 6-7m/cây theo hình vuông, tàn cây không được giáp nhau nên phải tỉa cành sau mỗi vụ thu hoạch. Măng cụt được trồng từ hột cũng có đặc tính giống như cây mẹ, độ 8 - 10 tuổi mới cho trái. Cây măng cụt trổ bông thay lá vào tháng 2, tháng 3. Mùa trái chín từ tháng 5 đến tháng 7.

Theo các nhà nghiên cứu trên thế giới thì măng cụt (Garania Mangostana Linn) là 1 trong 10 "siêu trái cây", vì măng cụt là sự kết hợp hoàn hảo về nhiều mặt như: hương vị thơm ngon đặc sắc, hình dáng và màu sắc đẹp mắt, giàu dưỡng chất, có khả năng chống oxy hóa và giúp cơ thể chống lại được nhiều bệnh tật. Vỏ măng cụt được xắt lát, sấy khô, rồi nghiền thành bột trị bệnh kiết lỵ.

Măng cụt không chỉ có ở Lái Thiêu miền Đông, mà còn được trồng vùng Lục Tỉnh như Bến Tre, Cần Thơ, Hậu Giang, Sóc Trăng, và trong đó Bến Tre măng cụt trồng xen trong vườn dừa lão. Hiện nay toàn tỉnh Bến Tre có khoảng 4,500 ha đất trồng măng cụt, chiếm 77% diện tích cả nước vì ở Bến Tre cây măng cụt phát triển rất tốt.

*

Giai thoại kể rằng vào đầu thế kỷ 17, Lái Thiêu bấy giờ còn là một vùng đất hoang với bạt ngàn rừng rậm. Trong số những người Minh Hương đầu tiên đến lập nghiệp ở Lái Thiêu, có gia đình của một người đàn ông họ Lục làm nghề gốm. Con trai của ông là Lục Thành Tài đã đem lòng yêu một cô gái người Việt, nhà ở bên kia sông Rạch Tra. Hàng ngày, cô gái thường chèo ghe, chở mắm, khô đến bán cho lò gốm. Gia đình hai bên biết được, đều ngăn cấm nhưng hai người vẫn quyết tâm tìm đến nhau. Cuối cùng, mối tình của họ đã phải kết thúc bằng hai cái chết bi thương.

Sau đó, trên mộ hai người mọc lên một loài cây lạ, trái của nó có vỏ ngoài xù xì, gai góc nhưng bên trong thì thơm ngon đến lạ lùng. Người dân địa phương đã đặt tên cây là sầu riêng để tưởng nhớ tới mối tình chung thủy của đôi trai gái và Lái Thiêu cũng nổi danh về trái cây từ đó.

Cây sầu riêng cao trên 20m, trái nặng từ 2 - 5 kg, khi chín tự rụng xuống. Điều kỳ lạ là trái sầu riêng chỉ rụng vào ban đêm nên không hề có trường hợp rơi vào đầu người. Người ta cho đó là do sự linh nghiệm của chàng trai Minh Hương và cô gái Lái Thiêu.

*

Đất Bình Dương - Thủ Dầu Một ra đời cùng lúc với lịch sử hình thành Sài Gòn - Đồng Nai, thuở Nguyễn Hữu Cảnh "mang gươm đi mở cõi". Lái Thiêu là một trong 5 quận thuộc tỉnh Bình Dương từ lâu đã nổi tiếng với vườn cây trái. Lái Thiêu xưa là nơi hò hẹn của người Sài Gòn. Lái Thiêu là nơi người Sài Gòn cuối tuần đi đổi gió.

Lái Thiêu giờ đây ngày nào cũng phải đón khách, và đang chịu sự hủy hoại môi trường!

Lái Thiêu của người Sài Gòn xưa giờ đây phải chăng chỉ còn là kỷ niệm để nhớ để thương? Tiếc thay!

Ngày 26 tháng 9 năm 2008

15. Báo chí Sài Gòn ngày xưa

Người Sài Gòn xưa vẫn "bị mang tiếng" là dân ghiền báo nhất nước mình. Phong cách đọc báo của người Sài Gòn độc đáo, kỳ thú dưới mắt đồng bào miền Bắc, miền Trung và người ngoại quốc có lần đến Sài Gòn!

Mỗi sáng, bác xích lô đạp xe đến quán "cà phê, cà phe" (xưa người Sài Gòn gọi như vậy) kêu ly "xây chừng" (tiếng Quảng Đông: là cà phê đen) rót nhẹ ra đĩa, vừa húp vừa đọc "nhựt trình" cho đã rồi mới chịu chở khách.

Cụ Trương Vĩnh Ký và người Sài Gòn gọi tờ báo là **Nhựt trình**. Bởi nó phô ra, đưa ra, trình ra cho mọi người biết những chuyện xảy ra trong ngày.

Báo nói chung là những tạp chí, báo ngày, xuất bản định kỳ. Báo khởi thủy là những tờ giấy có in chữ, tức là Báo Giấy - Newspaper. Ngày nay từ Báo hiểu rộng rãi bao gồm Báo Nói (Radio), Báo hình (TV), Báo mạng (Net).

Tờ báo xuất hiện ở Việt Nam từ khi nào?

Bấy giờ, năm 1859, quân Pháp hạ thành Sài Gòn. Rồi đồn Kỳ Hòa ở Gia Định thất thủ! Tiếp theo Biên Hòa, Thủ Dầu Một, Tây Ninh, Định Tường, Bà Rịa, Vĩnh Long lần lượt thất thủ. Trước sức mạnh của quân Pháp, triều đình Huế bối rối nên bắt buộc phải ký hiệp ước ngày 5-6-1862 nhường ba tỉnh Miền Đông Nam Kỳ là Biên Hòa, Gia Định và Định Tường cho quân Pháp...

Chưa đầy ba năm, ngày 15-4-1865, tờ báo đầu tiên có mặt ở nước mình tên là tờ **Gia Định Báo**. Gia Định báo bấy giờ là tờ báo ra mỗi tháng 2 kỳ, xuất bản ở Gia

Trương Vĩnh Ký và Gia Định báo.

Định, số 1 ra mắt ngày 15-4-1865 do ông Ernest Potteau làm Giám Đốc.

Đến 16-9-1869 Ông Trương Vĩnh Ký được cử làm Giám Đốc Gia Định báo, Chủ Bút là Ông Huỳnh Tịnh Của, cộng tác có Tôn Thọ Tường, Trương Minh Ký.

Nội dung Gia Định Báo ban đầu phát hành 2 lần/tháng, gồm có hai phần là: phần công văn và phần tin tức thời sự.

Khi tờ Gia Định Báo được giao cho ông Trương Vĩnh Ký thì báo có in thêm phần nghiên cứu lịch sử, văn thơ, truyện cổ tích...

Sau đó Gia Định Báo trở thành Tuần báo, có 4 trang khổ nhỏ 32 x 25, trang thứ 4 dành cho quảng cáo. Báo phát hành mỗi tuần vào Thứ Ba, giá bán lúc đầu là 20 quan mỗi năm; sau nầy là 8 đồng bạc/năm.

Như vậy Gia Định Báo, tờ báo đầu tiên của nước mình, nó là cơ quan của nhà nước Pháp, làm nhiệm vụ thông tin nhằm vào người dân ba tỉnh Miền Đông Nam Kỳ. Người làm báo đầu tiên nước mình là công chức ăn lương nhà nước Pháp. Báo không có quảng cáo, hoặc quảng cáo cho các cơ quan nhà nước Pháp.

Độc giả Gia Định Báo rất hạn chế, nên lương bổng người làm báo cũng khiêm nhường.

Trước tờ Gia Định báo xuất hiện, nhà vua cũng có tổ chức hệ thống "thông tin" (như báo chí), phong phú nhằm truyền đạt những thông tri từ trung ương đến địa phương. Thuở đó thông tin truyền đi theo đường bộ.

Trên con Quan lộ, cứ 15 km có lập một trạm cho người ngựa nghỉ chân (Rest Area). Mỗi trạm có 2 quan Dịch Thừa hàm Tòng Ngũ phẩm, quan Dịch Mục hàm Tòng Bát phẩm, cùng 60 Binh trạm chịu trách nhiệm truyền thông tin. Tráng niên làm nhiệm vụ Binh trạm được miễn lính, miễn tạp dịch, bất khả xâm phạm thời chiến. Bấy giờ thông tin từ Hà Nội vào Huế 8 ngày. Tại địa phương miền Bắc Thằng Mõ có nhiệm vụ truyền tin đến tận người dân.

Báo chí ở Việt Nam - từ sơ khai đến tờ Gia Định - đều là cơ quan của nhà nước. Về sau mới có báo tư nhân. Nhiệm vụ tờ báo tư sau nầy được cho in trên đầu tờ báo. Như "Thông tin, nghị luận, giáo dục, văn hóa, cơ quan tranh đấu chánh trị…"

Nơi dãy phố từng có nhà in tờ Gia Định báo.

Để tìm hiểu cụ thể một tờ báo, Chúng ta phải nhìn vào:

- **"Phía sau tờ báo"**

Ví dụ như tài chánh, ai thực sự là người hay tổ chức nào bỏ tiền ra? Đằng sau tờ báo có thế lực nào yểm trợ v.v... Ví dụ tờ Gia Định Báo thì rõ ràng của nhà nước Pháp, còn Tạp chí Nam Phong thì cách yểm trợ của Pháp tinh vi hơn nên bấy giờ nhiều người không biết!

- **"Bên trong" tờ báo** (nội dung tờ báo)

Trước hết là bài xã luận, sau đó là các tin tức thời sự mà tờ báo chọn cho đăng trong tờ báo... nói lên quan điểm của những người chủ trương. Các bài văn nghệ, tiểu thuyết cũng biểu thị khuynh hướng hoặc mục tiêu của tờ báo qua tác giả của những bài văn nghệ, tiểu thuyết.

Quảng cáo tuy là thương mại, nhưng cho người ta thấy những nhà buôn, nhà kinh doanh, kỹ nghệ gia nào ủng hộ tờ báo.

- **Độc giả**, tức là đối tượng của tờ báo là ai, tầng lớp nào mà tờ báo nhắm vào. Đó là giới làm ăn, giới bình dân hay đảng phái chánh trị...

Người làm báo là "giới trí thức"

Người làm báo lớp đầu tiên ở nước mình, qua tờ Gia Định Báo là Trương Vĩnh Ký, Huỳnh Tịnh Của, Trương Vĩnh Ký, Tôn Thọ Tường... nói gì thì nói, sự hiểu biết của họ về nhiều mặt cho thấy họ là những người "trí thức". Ngay cả về mặt đạo đức con người, họ cũng là lớp người có lối sống được độc giả bấy giờ ngưỡng mộ.

Những người làm báo sau đó tuyệt đại đa số xuất thân là "nhà Nho", rồi tiếp theo sau là thế hệ tân học. Họ có kiến thức chuyên môn, có đạo đức và hầu hết có cuộc sống thanh đạm của những người dùng báo chí để "tải đạo". Và họ được độc giả kính nể. Xét về thành phần, người làm báo bấy giờ, họ là:

Nhà làm "chánh trị", là những chánh khách. Như trường hợp Phạm Quỳnh (1892-1945) tốt nghiệp Trường Thông Ngôn, làm Ngự Tiền Văn Phòng, rồi Thượng Thơ Bộ Học, Bộ Lại cho vua Bảo Đại. Phạm Quỳnh làm Chủ nhiệm chủ Bút tạp chí Nam Phong. Tạp chí Nam Phong làm nhiệm vụ vận động chủ trương "Pháp Việt đề huề" do Pháp đề ra.

Ông Bùi Quang Chiêu, kỹ sư canh nông, nhà chánh trị, thủ lãnh đảng Lập Hiến. Ông lập tờ báo La Tribune Indo-chinoise với chủ trương xây dựng quân chủ "lập hiến" ôn hòa ở Việt Nam.

Nhà báo xưa còn là nhà văn. Như Tản Đà, Ngô Tất Tố, Diệp Văn Cương... Ngoài ra cũng có những người làm báo chuyên nghiệp như Hoàng Tích Chu, Trần Tấn Quốc, Nguyễn Kiên Giang, Nguyễn Ang Ca...

Những người đọc báo -độc giả lớp đầu- là người biết chữ quốc ngữ, là trí thức, là nhà tư sản thành thị, là quan chức Pháp, là những viên chức hội tề ở địa phương. Họ mới biết chữ và có đủ tiền mua báo.

Như năm 1930, một tờ báo phát hành từ 500-15,000 bán, so với dân số toàn quốc là quá ít. Người dân lao động bấy giờ, lợi tức trung bình chỉ có 50 đồng/năm; trong khi báo tuần bán 5đ/năm, nhựt báo 12đ/năm. Do vậy dân lao động thời xưa ít có dịp được đọc báo là vậy!

Giới làm báo ngày xưa có cuộc sống vất vả!

"Mỗi tháng, tiền in, tiền giấy, tiền phố, tiền nhân công luôn cả tiền lương của chủ bút, phải tốn ít nhứt là 200 đồng. Không tháng nào mà ty quản lý có đủ tiền để xoay sở cả! Tản Đà đành vay mượn và xin của bạn bè thân cỡ 400 đồng, cộng thêm 700 đồng tiền bán sách. Với 1,000 đồng phụ thêm như vậy (tính từ tháng 11 năm 1926 đến tháng 3 năm 1927), ông ta chỉ còn dư được có 15 đồng mà thôi." (Theo Tầm Dương, Tản Đà, NXB Khoa Học, Hà Nội năm 1964).

"Nhà báo mang nợ quá nhiều nên không thể nào trả nổi tiền nhà in là 600 đồng, kể từ nay, tờ báo bị tịch biên tài sản" (An Nam tạp chí số chót tháng 7 năm 1932)

Ngoài ra câu chuyện của phái viên báo Lục Tỉnh Tân Văn đi đòi tiền báo ngày xưa được nhà văn Sơn Nam kể trong tập truyện *"Hương Rừng Cà Mau"* nói lên phần nào tình cảnh người làm báo và đọc báo ngày xưa ở Nam Kỳ.

Báo chí do vậy dễ bị mua chuộc bởi nhà nước, các thế lực chánh trị, các nhà tài phiệt, chủ ngân hàng. Mua chuộc tờ báo có nhiều hình thức như cho vay/mượn tiền, cho quảng cáo dài hạn, mua báo dài hạn trao tiền trực tiếp…

Báo chí Việt Nam phát triển thể nào?

Cuộc thế chiến thứ nhứt làm cho tình hình Việt Nam thay đổi sâu sắc và toàn diện.

Về chánh trị, Việt Nam xuất hiện nhiều tổ chức đảng phái như Tân Việt Cách Mạng Đảng, Việt Nam Quốc Dân đảng, đảng Cộng Sản Đông Dương, v.v...

Báo chí công khai cũng như bí mật của những đảng phái chánh trị xuất hiện làm sanh hoạt báo chí phong phú thêm.

Kinh tế Việt Nam cũng phát triển sau thế chiến. Do trong thời chiến tranh, hàng hóa Pháp ở Việt Nam khan hiếm, nhiều nhà tư sản Việt Nam nổi lên làm giàu như Bạch Thái Bưởi (Hà Nội), Trương Văn Bền, Nguyễn Văn Sâm, Đỗ Hữu Phương... ở Nam Kỳ.

Thời kỳ này Giáo dục - Văn Hóa ở Việt Nam cũng phát triển do người Pháp cho mở nhiều trường sơ tiểu học, Trung học bản xứ dạy tiếng Việt bên cạnh hệ thống giáo dục dành cho dân Pháp ở Việt Nam.

Sự phát triển kinh tế giáo dục, nhất là ở Nam Kỳ, làm cho báo chí phát triển nhanh. Từ đó báo chí đóng vai trò quan trọng trong việc phổ biến vận động chánh trị, nâng cao giáo dục quần chúng và phổ biến tư tưởng mới đến dân chúng trong thời kỳ nầy.

Đặc biệt là sự xuất hiện báo hằng ngày, gọi là nhựt trình. Như là:

Trung lập nhựt báo ra ngày 16-1-1924, *Tân Dân Báo* ra ngày 17-11-1924, *Tân Thế Kỷ*, *Thần Chung*, và *Công*

Báo (của nhà nước)... Cũng có nhiều tờ nhựt báo viết bằng Pháp ngữ do người Việt Nam làm chủ. Như Nguyễn An Ninh với tờ *La Cloche Fêlée*, Phan Văn Trường với tờ *An Nam*, Lâm Châu Hiệp với tờ *Jeune An Nam*, Bùi Quang Chiêu với tờ báo *La Tribune Indochinoise*...

Lúc nầy ở miền Trung, miền Bắc ít báo, các nhà làm báo chuyên nghiệp, các nhà làm chánh trị, nhà làm văn nghệ... phải cộng tác và viết cho các tờ báo ở Sài Gòn.

*

Báo chí ở Việt Nam xưa tuy không nhiều, kỹ thuật in ấn còn thô sơ, số lượng độc giả giới hạn, người làm báo không được học hỏi nghiệp vụ chuyên môn, đời sống người làm báo thanh bần nhưng luôn được xã hội kính trọng.

Người làm báo xưa dầu xuất thân Nho học hay tân học họ luôn tự coi có sứ mạng giáo hóa con người. Và không ai lấy nghề báo để kiếm sống cả.

Nghề báo ngày xưa cao quý là vậy.

16. Người con gái Bến Tre

Ai người khăn gói gió đưa,
Về đây... quên hết nắng mưa bụi đời.
Khi yêu, yêu lắm người ơi,
Cả trời cả đất cả người Bến Tre.
(Kiên Giang, Hoa trắng thôi cài trên áo tím)

Về thăm Bến Tre, đi trên con sông Hàm Luông rộng mênh mông, hai bên bờ xanh biếc với những hàng dừa mát rượi, đứng cao vút hiên ngang, ngạo nghễ giữa trời xanh... khiến lòng khách cảm thấy lâng lâng! Một cảm giác lạ và thoải mái.

Không phải ngẫu nhiên Bến Tre nổi danh là xứ dừa đâu! Bạn biết không?

Bởi Bến Tre là "xứ cù lao". Bến Tre hình thành bởi 3 cù lao lớn là cù lao Minh, cù lao Bảo và cù lao An Hóa; nằm giữa 4 con sông Mỹ Tho, Ba Lai, Hàm Luông và

Cổ Chiên (thuộc hệ thống sông Tiền), đêm ngày đem phù sa bồi đắp, làm cho đất Bến Tre màu mỡ thích hợp với cây dừa. Nơi khác không có được như vậy.

Đã từ xưa, năm 1965, Bến Tre đã có 20,000 ha trồng dừa trong khi cả 2 tỉnh Vĩnh Long, Định Tường chỉ có 8,100 ha; còn 2 tỉnh miền Trung là Bình Định và Quảng Ngãi cộng chung cũng chỉ được 4,000 ha dừa mà thôi.

Về Bến Tre bạn sẽ thấy dừa không chỉ có mặt ngoài vườn, dừa còn vào tận đến trong nhà, hiện diện trong bữa cơm, vào tận phòng ngủ... của người Bến Tre.

Con gái Bến Tre.

Những cây dừa lão, có cây 100 tuổi, cho ít trái, người ta đốn hạ xuống lấy thân làm cột nhà; hoặc xẻ ra lấy gỗ làm kèo, đòn tay, làm vách... Nhà gỗ dừa kê tán, rất đẹp có thể sử dụng đến ba bốn chục năm. Làm nhà bằng gỗ dừa là kiến trúc độc đáo của Bến Tre! Lựa cây dừa có gỗ tốt vân để dùng đóng bàn ghế, giường ngủ, chế biến thành đồ dùng trong nhà như đũa bếp, đũa ăn cơm...

Đôi **đũa dừa** giờ đây có xu hướng "tranh giành ngôi thứ" đôi **đũa tre** truyền thống Á Châu. Bởi nhiều nhà bảo vệ cây xanh lên tiếng chống lại việc đến rừng làm đũa xài một lần rồi bỏ!

Người Tàu dùng đũa cách nay 3,000 năm. Người Việt Nam biết dùng đũa ăn cơm từ khi nào thì không ai biết, nhưng rõ ràng, đôi đũa là một phần trong đời sống văn hóa của người Việt Nam. Hiện trên thế giới có 1/3 nhân loại có tập quán dùng đũa để ăn cơm. Có nhiều loại đũa như đũa ngà voi, đũa xương thú vật, kim loại, đũa sơn và thông dụng nhất là đũa tre.

Trong thời buổi văn minh, càng ngày càng có nhiều người dùng đũa một lần rồi bỏ. Do đó số lượng đũa tiêu thụ thật sự càng ngày càng nhiều hơn. Hàng năm nước Tàu sản xuất 48 tỉ đôi đũa trong đó có 1/3 bán sang Nhựt và Đại Hàn. Người Nhựt Bản mỗi năm dùng 25 tỉ đôi đũa nhưng sản xuất bởi cây nhập từ Huê Kỳ và Ấn Độ.

Theo ước tính thì để có 1.8 tỷ đôi đũa, nhà máy phải cần đến 1 triệu cây! Tình trạng nầy khiến cho những nhà bảo vệ cây xanh trên thế giới lên tiếng chống lại việc dùng đũa một lần (disposable).

Dừa là loại cây dễ trồng. Cây dừa trồng chừng 4 năm bắt đầu ra lưỡi mèo (bông dừa giống lưỡi con mèo) và từ đó dừa cho trái đến cả 100 năm.

Giống "dừa Ta" còn gọi là "dừa Dâu" là dừa bản địa của người Việt mình, tuy nhỏ trái, nhưng có trái sai (quày có nhiều trái), vỏ mỏng, cơm dầy. Đặc biệt trái dừa ta chưa già có thể dùng giải khát thay dừa Xiêm, mặc dầu vị ngọt không dịu và "the" như dừa Xiêm; nhưng nhờ trái to, cơm nạo nhiều nên bán được giá. (Người không sành điệu dễ bị lầm!)

Còn giống "dừa Bung", trái to, dầy cơm, vỏ rất dầy, được ưa chuộng ngày nay vì "bán cân ký". Người ở quê lấy vỏ trái dừa Bung chế thành cái vỏ bình trà giữ nước nóng; lấy gáo dừa Bung làm gáo múc nước. Trái dừa điếc, nhỏ không ruột, cũng được dùng làm cái gáo uống nước, và hình ảnh cái gáo có cán úp trên lu nước trước cổng nhà trở thành thói tục của người miệt vườn. Không biết giờ đây còn không?

Hàng tháng đến kỳ, đến lứa, nhà vườn tổ chức giật dừa.

Dừa già, vỏ khô, lột sạch vỏ thành "dừa Miển", là loại dừa công nghiệp, dùng ép dầu. Dừa rám chưa khô, lột chừa lớp vỏ mỏng gọi là dừa "ba da" hay "dừa cứng cạy", cơm dừa rất béo, ngọt; loại nầy dùng làm mứt dừa, trộn xôi rất ngon.

Dừa Xiêm Lùn - đặc sản Bến Tre

"Xiêm" là tên ngày xưa người mình dùng để chỉ nước Thái Lan. Như vịt Xiêm, măng cầu Xiêm, chuối Xiêm... là các loại lấy giống từ Xiêm La, Thái Lan ngày nay.

Người ta kể là dừa Xiêm Thái Lan được đem về trồng ở Bến Tre từ thời cụ Trương Vĩnh Ký (?). Cùng với dừa Xiêm, nhiều loại cây trái giống từ Xiêm, theo chân các nhà truyền đạo Gia Tô vào Bến Tre, tỏa khắp miệt vườn, nhưng không mang tên Xiêm; như trái Bòn Bon, Măng Cụt, Vú Sữa, Chôm Chôm, Xoài Riêng, Sa Bô Chê, v.v...

Tại sao gọi là dừa Xiêm Lùn?

Giống dừa Xiêm lùn Thái Lan trồng chăm sóc tốt độ 3 năm có lưỡi mèo. Dừa xiêm thân nhỏ và thấp hơn dừa ta, khi mới có trái lần đầu quày dừa sát đất, nên ai đó đặt cho cái tên là dừa Xiêm Lùn tới nay. Dừa Xiêm lùn kết bông thành chuỗi, có màu hơi vàng, cho trái sai, mỗi quày từ 20 trái trở lên. Quày dừa đong đưa sát mặt đất trông rất dễ thương.

Bẻ dừa Xiêm
không dùng sào như bẻ dừa khô

Cây nào cao phải dùng "Nài" leo lên ngọn. Dùng dây quấn vào bẹ dừa làm điểm tựa, một đầu dây cột vào quày dừa và đầu dây còn lại thả xuống cho người dưới đất giữ. Quày dừa bẻ rời ra khỏi thân, người bên dưới lần dây thả cho quày dừa xuống từ từ. Leo dừa Xiêm không nguy hiểm như như leo cây thốt nốt. Con gái Bến Tre nhiều cô leo dừa thiện nghệ không thua con trai! Dừa Xiêm bán đếm "Đôi" 2 trái, một chục 12 trái bằng 6 đôi, một trăm là 120 trái bằng 60 đôi.

Người Bến Tre có lối trồng dừa đào mương lên liếp độc đáo, tới nay được khắp nơi ở Lục Tỉnh áp dụng.

Dừa trồng cây cách cây 6 mét. Trồng hàng một nếu là bờ chiếc, nếu hàng đôi phải trồng xen kẽ theo lối "nanh sấu" cho không che tàn. Mỗi năm, vào mùa nắng tát mương bắt tôm cá cũng là lúc móc bùn bồi lên bờ lên gốc dừa để cho đất phì nhiêu.

Dừa Xiêm trái nhỏ hơn dừa ta, vỏ cũng xanh hơn. Dừa Xiêm chuyên dùng để giải khát. Trong dân gian, nước dừa Xiêm dùng chưng với thuốc Nam, thuốc Bắc là bài thuốc trị bịnh công hiệu, được nhiều người tin.

Nước dừa Xiêm đã từ lâu được người Sài Gòn dùng để giải khát. Thời thập niên 60 thế kỷ trước thì dừa Xiêm là loại giải khát cao cấp dành cho người có tiền. Ngày nay dừa Xiêm được bán từ hang cùng ngõ hẻm cho đến tận trên nhà hàng có nhiều sao. Nhiều bà mẹ ở Sài Gòn, chỉ nhờ vào xe dừa Xiêm mà nuôi sống cả gia đình.

Từ khi có nước đá, dừa Xiêm ướp đá lạnh nguyên trái là món giải khát phải nói là số một ở Sài Gòn. Trời nắng chang chang, dừng xe đạp, tắp vào mấy xe dừa Xiêm bên đường, uống trái dừa Xiêm ướp lạnh thì tuyệt vời! Phải là dừa Xiêm thứ thiệt, loài dừa Xiêm Lùn Bến Tre, cho vào ít muối bọt, nhấm từ từ để nghe cái ngọt lịm qua cổ, nghe vị the the lăn tăn trên tế bào lưỡi! Dừa Xiêm Lùn ngon là vậy.

Cây dừa khi trổ lưỡi mèo dễ bị bọ hung đục ngọn. Đốn cây dừa chết vì bị đuông ăn, chẻ ngọn dừa lấy củ hủ dừa và đuông dừa bên trong. Củ hủ dừa dùng làm món xào ăn rất ngọt và giòn, là món vừa ngon vừa bổ dưỡng hiếm quý. Con đuông dừa dùng làm nhiều món nhậu hết ý luôn!

Ngâm con đuông vào thau nước muối pha loãng cho con đuông nhả hết chất dơ. Rửa sơ đuông cho sạch. Kẹp đuông vào gắp tre, nướng than hồng riu riu, thong thả.

Mỡ từ con đuông nhỏ từng giọt xuống bếp than đang đỏ hồng làm khói bốc lên thơm không sao dằn nổi. Bạn phải kiên nhẫn trở qua trở lại cho tới khi đuông chín vàng.

Ra vườn tìm mấy thứ rau thơm rau có sẵn, có gì hái nấy như: cải trời, càng cua, lá lốt, lá gừng, rau quế, rau răm và nhớ bẻ vài cành ớt hiểm, ớt chỉ thiên... Chén nước mắm me, nhớ là phải nước mắm cá cơm ngon. Không có me tươi, dùng me chín cũng OK. Quấn con đuông vừa chín tới với rau thơm, chấm nước mắm me, đưa cả vào miệng một lúc thì mới đã. Mùi rau thơm, vị cay của ớt, chua của me, mặn của nước mắm, hòa cùng cái béo ngọt từ con đuông nướng vàng... Làm sao tả hết cho được?

Có người lại thích chiên đuông trong chảo mỡ phi tỏi. Món nầy không dùng rau, mà chỉ chấm muối tiêu chanh và đưa cay với vài bạn hiền, bên xị rượu đế nấu bằng nếp chánh hiệu Gò Công mới là tay chơi đúng điệu. Đây là món đuông chiên dã chiến.

Cầu kỳ hơn thì trụng đuông qua nước sôi, nhét củ hành ta vào bụng con đuông, cuốn trong lát thịt bò thái mỏng, bọc lớp mỡ chài bên ngoài, nướng vĩ chấm tương quết nhuyễn cùng gia vị. Gọi là món đuông nướng vĩ.

Đó là đuông còn non.

Còn lại những con đuông già cũng không bỏ. Các bà nội trợ bản tánh cần kiệm, lấy đuông già cắt bỏ hai cánh, rửa sạch tẩm bột cho vào chảo chiên giòn ăn với bún, rau giá sống, dưa leo bầm nhuyễn. Đuông chiên bột ăn với nước mắm chua cay ngọt như ăn chả giò với bún. Món nầy gọi là đuông lăn bột.

*

Cây dừa có mặt ở Bến Tre tự thuở nào thì không ai biết chánh xác. Nhưng ai cũng công nhận, cây dừa đã từ lâu rồi đã trở thành một bộ phận của đời sống tình cảm của con người Bến Tre. Vườn dừa trở thành nét đẹp riêng của Bến Tre, không đâu có.

Ai người khăn gói gió đưa,
Về đây... quên hết nắng mưa bụi đời.
(Kiên Giang, *Hoa trắng thôi cài trên áo tím*)

Tôi vì nhờ "gió đưa gió đẩy" đến Mỹ Tho theo học Trường Nguyễn Đình Chiểu. Và Bến Tre lôi kéo tôi không bởi những món ngon vật lạ mà bởi vì tiếng đồn con gái Bến Tre tắm nước dừa...

Ngày 17 tháng 7 năm 2008

17. Xà bông Cô Ba

Xà bông thơm hiệu "Cô Ba" một thời được nhiều người ưa chuộng vì phẩm và giá cả người tiêu dùng trong cả thế kỷ trước. Xà bông "Cô Ba" đánh bạt xà bông thơm Marseille Pháp.

Ở vào thời điểm bấy giờ xà bông là cái gì còn xa lạ đối với người Việt.

Xà phòng, xà bông, savon là một chất tẩy dùng rửa các vết bẩn, vết dầu mỡ. Thành phần của xà phòng là muối natri hoặc kali của axít béo. Xà phòng sản xuất cho người dùng dưới dạng bánh, bột hoặc chất lỏng.

Xà phòng trước kia được điều chế bằng cách cho chất béo tác dụng với kiềm bằng phản ứng xà phòng hóa. Sản phẩm tạo ra là muối natri hoặc kali của axit béo. Vì thế xà phòng được phân loại thành xà phòng cứng (chứa natri) và xà phòng mềm (chứa kali). Loại xà phòng dưới dạng này có một nhược điểm là không giặt được trong nước phèn cứng vì nó tạo các kết tủa làm vải chóng mục.

Về sau, xà phòng được sản xuất từ dầu mỏ. Vì thế nó đã khắc phục được nhược điểm trên để có thể giặt được quần áo bằng nước cứng.

Nhiều giai thoại về Cô Ba Xà Bông

- Cô Ba chính là Cô Ba Thiệu, con gái của thầy Thông Chánh ở Trà Vinh, một hoa khôi đã từng đoạt vương miện của một cuộc thi Hoa Hậu tổ chức đầu tiên ở Saigon năm 1865, cô đã đánh bại gần 100 giai nhân, đoạt chức hoa khôi đầu tiên của Việt Nam ở Đông Dương. Cô đẹp nức tiếng thời bấy giờ. Trong cuốn *Sài Gòn Năm Xưa* học giả Vương Hồng Sển cho rằng trong giới huê khôi mà ông được kể lại vào thời Pháp mới đến thì cô Ba Thiệu đẹp không ai bì, đẹp đến nỗi nhà nước in hình vào con tem Bưu điện.

Cô Ba Thiệu.

Tem Cô Ba.

Cô Ba Thiệu, Hoa Hậu đầu tiên của Sài Gòn năm 1865.
(Ảnh: Poujade de Ladevèze)

- Có giai thoại cho rằng Cô Ba là vợ Trương Văn Bền và được ông chọn làm người mẫu in hình lên sản phẩm xà bông của hãng mình vào năm 1930.

Nhưng trong cuốn *"Hỏi đáp về Saigon"* của nhiều tác giả, xuất bản trong nước năm 2006, nói cô không phải là phu nhân của thương gia Bền. Theo tư liệu trong sách này thì Cô Ba lập gia đình và có cuộc sống bình thường, rồi bi kịch xảy ra: Mẹ cô nhan sắc mặn mòi nên bị tên biện lý Jaboin người Pháp chòng ghẹo... Cô Ba là người cầm súng bắn chết hắn, bị tòa đại hình Mỹ Tho kết án ngày 19/6/1893 và xử tử cô ngày 18/1/1894 tại Trà Vinh. (sưu tầm trên mạng Google)

Trong cuốn *Sài Gòn Tạp Pín Lù*, học giả Vương Hồng Sển nói hình ảnh của cô Ba sau này được hiệu buôn xà bông của ông Trương Văn Bền sử dụng làm người mẫu trên các sản phẩm bán ra thị trường. Hàng bán rất chạy và được hầu hết người Việt mua sử dụng. Cô Ba thành "người mẫu" đầu tiên gắn liền với một thương hiệu Việt Nam.

*

Bằng chất lượng và kỹ thuật quảng bá rầm rộ, xà bông Cô Ba của hãng xà bông Việt Nam đã đánh bạt cả loại xà bông Marseille nhập cảng của Pháp, chiếm lĩnh cả thị trường Đông Dương...

Người Sài Gòn cũng như không ít người miền Nam, có ít nhất hai thế hệ đã được tắm gội bằng xà bông Cô

Ảnh của cô Ba được ông Trương Văn Bền sử dụng làm người mẫu trên các sản phẩm xà bông bán ra thị trường.

Ba, sau 75 bóng dáng của Cô Ba vẫn bao trùm cả miền Nam lẫn miền Bắc.

Cho đến trước năm 1995 Khi liên doanh với tập đoàn P&G, nhà máy Xà bông Việt Nam bị buộc phải bỏ tất cả những sản phẩm cũ. Tuy nhiên, sản phẩm xà bông Cô Ba được ngoại trừ, vẫn duy trì sản xuất đều đặn.

Ngày nay, người Sài Gòn vẫn có thể tìm thấy cục xà bông Cô Ba ở những kệ trưng hàng nhỏ bé, khiêm tốn trong một góc siêu thị Coopmart. Vẫn là một cục xà bông nhỏ bé in hình một phụ nữ Việt Nam với cái vẻ đẹp cổ điển, kiêu sa của thời kỳ đầu thế kỷ trước.

Trương Văn Bền gốc Tàu Minh Hương

Theo Vương Hồng Sển thì Trương Văn Bền là người Minh Hương gốc Triều Châu, nhưng thật ra không đúng vậy. Theo người cháu nội của ông, anh Phillipe Trương hiện nay sống ở Pháp thì gốc ông ở Phúc Kiến.

Tổ tiên của Trương Văn Bền là Trương Thuận Chi, một sĩ quan tùy tùng của tướng nhà Minh Dương Ngạn Địch lánh nạn nhà Thanh đến Việt Nam vào thế kỷ 17. Được phép Nguyễn Phúc Tân, Dương Ngạn Địch đến vùng Mỹ Tho. Trương Thuận Chi ở Mỹ Tho một thời gian sau đó đến vùng Chợ Lớn ngày nay.

Trương Văn Bền.

Cha Trương văn Bền là Trương Quang Thanh có 8 người con trai và một gái. Người con gái là bà Trương Thị Cưởng, sau này thành hôn với ký giả Nguyễn Văn Sâm.

Trương Văn Bền là một trong 8 người con trai. Ông Trương Văn Bền sanh ngày 10 tháng 10 năm Giáp thân thời vua Hàm Nghi (tháng 12 1884).

Thuở thiếu thời Trương Văn Bền học chữ Hán. Sau đó năm 1896, ông bắt đầu theo giáo dục Pháp, học ở các trường Ecole Municipal de Cholon, Collège de My Tho,

Lycée Chasseloup Laubat (Saigon). Năm 1889, chính quyền thuộc địa Pháp tổ chức lần đầu tiên kỳ thi Brevet élémentaire (cao đẳng tiểu học), Trương Văn Bền ghi tên và thi đậu dễ dàng. Ông được bổ nhiệm chức vụ Ký lục thượng thư.

Bỏ nghề công chức sang nghề buôn bán

Năm 1901, ông rời bỏ không làm cho chính quyền Pháp nữa và trở lại nghề buôn bán của cha ông. Lúc đầu ông bán đậu phộng, đậu xanh, đường, trong một cửa tiệm nhỏ tọa lạc ở số 40 rue du Cambodge (Chợ Lớn) nay là Chợ Kim Biên, quận 5. Sau đó ông khuếch trương mua các loại

Thương gia Trương Văn Bền.

hàng sỉ từ các thương gia người Hoa rồi bán lại cho các tiệm bán lẻ ở Chợ Lớn. Năm 1905, ông mở một xưởng sản xuất và tinh luyện dầu ở Thủ Đức. Ông dùng máy ép bằng hơi làm ở Mỹ, mua từ Pháp. Một năm sau, ông mở một nhà máy xay gạo ở Chợ Lớn và một ở Rạch Các. Ông cũng có một khách sạn và một tiệm mỹ phẩm ở Chợ Lớn.

Rồi lập Xưởng này sản xuất đủ loại dầu

Cơ sở sản xuất dầu của ông ở Thủ Đức thành công nhất nên năm 1918, ông mở thêm một cơ sở sản xuất dầu nữa ở Chợ Lớn. Xưởng này sản xuất đủ loại dầu từ dầu nấu ăn, dầu salat (salad oil) đến dầu dừa, dầu cao su và các loại dầu dùng trong kỹ nghệ.

Trong ký sự *"Một tháng ở Nam Kỳ"* (1918), ông Phạm Quỳnh có nhắc đến ông Trương Văn Bền như sau:

... Ông Trương Văn Bền là một nhà công nghiệp to ở Chợ Lớn, năm trước cũng có ra xem hội chợ ở Hà Nội, đem xe hơi ra đón các phái viên Bắc Kỳ về xem nhà máy dầu và nhà máy gạo của ông ở Chợ Lớn. Xem qua cái công cuộc ông gây dựng lên, đã to tát như thế mà chúng tôi thấy hứng khởi trong lòng, mong mỏi cho đồng bào ta ngày một nhiều người như ông, ngõ hầu chiếm được phần to trong trường kinh tế nước nhà và thoát ly được cái ách người Tàu về đường công nghệ thương nghiệp.

Từ xưởng chế dầu đến nhà máy xà bông

Vào thời gian đó, hầu hết xà bông dùng trong nước và ở Đông Dương là nhập cảng từ Pháp. Chỉ có một số ít xà bông làm từ các xưởng nhỏ thủ công ở Chợ Lớn với chất lượng kém nên có giới hạn rất nhỏ và càng không thể cạnh tranh và so sánh với xà bông nhập từ Marseille, Pháp.

Từ năm 1932, ông mở thêm nhà máy làm xà bông từ dầu nông sản mang lại cho ông nhiều tiếng tăm và tiếp cận mọi người nhiều nhất. Tên của Trương Văn Bền gắn liền với xà bông Việt Nam 72% phần dầu, xà bông "Cô Ba"*. "Xà bông VN** 72% dầu" nổi tiếng, phổ thông khắp mỗi làng mạc, thôn xóm VN.

Hãng xà bông của ông tọa lạc trên đường Rue de Cambodge (nay là Chợ Kim Biên, quận 5). Công ty của ông gọi là Trương Văn Bền và các con - Dầu và Xà bông Việt Nam (Truong Van Ben & fils - Huilerie et Savonnerie Vietnam).

Ông không tự tìm hiểu và học hỏi để trở thành chuyên viên làm xà bông có chất lượng tốt như nhiều người lầm tưởng.

Ban đầu ông gởi một kỹ sư giỏi qua Paris để tìm hiểu kỹ thuật làm xà bông với một kỹ sư người Pháp ở nhà máy làm xà bông.

---

* *Cô Ba* là hình ảnh của một người con gái đẹp Việt Nam rất đậm dân gian Nam kỳ Lục tỉnh, nên sản phẩm của ông được tiếp nhận rộng rãi. Với Huyền thoại dân gian kể lại, "Cô Ba" là con Thầy Thông Chánh ở Trà Vinh, một thanh nữ đẹp nhứt Nam Kỳ hồi đầu thế kỷ 20. Trong phòng làm việc của ông Bền tại công ty có trưng tượng vợ ông bằng đồng đen, tạc gương mặt giống y Cô Ba Thiệu, do đó mới có dư luận cho rằng *Cô Ba chính là vợ của thương gia Trương văn Bền (?)* Nhưng cho đến nay người ta vẫn không biết trọn tên họ của giai nhân này, thì không thể nào là bà phu nhân phú hộ vô danh!!

** Tên *"Xà Bông Việt Nam"* gợi hứng từ vụ xử Nguyễn Thái Học và anh hùng Yên Bái.

17. Xà bông Cô Ba

Sản phẩm xà bông Việt Nam lộng hình "Cô Ba"

Cuối đời sống tại Pháp

Năm 1948, Trương Văn Bền rời Việt Nam và sống tại Paris giao sự nghiệp cho các con. Ông trở thành hội viên của Phòng thương mại Quốc tế (International Chamber of Commerce) và đi chu du khắp nơi trên thế giới. Ông viết hồi ký ở Paris và khi ông mất, anh Phillipe Trương cho đến nay giữ tập hồi ký này của ông. Ông Trương Văn Bền cũng là bạn ông Hui Bồng Hỏa (chú Hỏa).

Một người con là ông Trương Khắc Trí, từng là chủ tịch ban quản trị Việt Nam Công Thương Ngân Hàng (lập năm 1953) tại Sài Gòn và là tổng giám đốc công ty xà bông Việt Nam từ 1959 đến 1965. Ông Trương Khắc Huệ, sau khi tốt nghiệp trường đại học hóa học tại Marseilles, tham gia vào công ty Trương Văn Bền làm giám đốc kỹ thuật từ năm 1945 đến 1965 và tổng giám đốc từ năm 1965-1970. Ông Huệ cũng là Hội Trưởng Nghiệp Đoàn Kỹ Nghệ Dầu Và Xà Bông Miền Nam Việt Nam (1965-1975) và là Tổng Thư Ký Tổng Đoàn Công Ty Kỹ Nghệ Việt Nam (1969-1975).

Trong thời gian này, ông Trương Khắc Huệ là người tạo ra những sản phẩm mới như là bột giặt Việt Nam cạnh tranh với hàng nhập. Người con trai út, ông Trương Khắc Cần, quản lý công ty từ năm 1970 đến 1975.

Hoạt động kinh tế chính trị trong xã hội

Trương Văn Bền còn là:

- Phó Chủ Tịch Phòng Thương Mại Nam Kỳ 1932-41.
- Hội viên Hội Đồng Canh Nông từ 1922.
- Hội viên Hội Đồng Kinh Tế Lý Tài Đông Dương từ 1929.
- Hội viên Hội Đồng Quản Trị Thương Cảng Sài gòn từ 1924.
- Hội viên Hội Đồng Quản Trị Lúa Gạo Đông Dương.
- Chủ tịch kiêm thủ quỹ Nghiệp Đoàn Canh Nông Chợ Lớn từ 1932
- Hội viên Hội Đồng Sản Xuất Kỹ Nghệ từ năm 1941.
- Ở Nam Kỳ, các cơ quan tư vấn tối cao, phụ tá cho Thống đốc như Hội đồng Quản hạt Nam Kỳ, Đại hội đồng kinh tế lý tài Đông Dương, Hội đồng Canh nông, và Phòng thương mại, đều có ông Bền là hội viên.

PHẦN V • MỘT THỜI ĐỂ NHỚ
17. Xà bông Cô Ba

Kết luận

1- Sau khi Trương Văn Bền mất, từ năm 1959 cũng là thời kỳ nhiều biến động trong lịch sử Việt Nam. Xà bông Việt Nam của Trương Văn Bền vẫn chiếm lĩnh phần lớn thị trường cho đến khoảng giữa thập niên 1960, khi hàng hóa, xà bông, bột giặt Mỹ bắt đầu tràn ngập miền Nam.

2- Các công ty sản xuất bột giặt thay thế phần lớn nhu cầu dùng xà bông để giặt giũ, vẫn nỗ lực cạnh tranh, sản xuất thêm sản phẩm bột giặt Việt Nam cạnh tranh với các loại bột giặt Mỹ và bột giặt Viso của ông Trương Văn Khôi.

3- Sau năm 1975, nhà nước mới trưng thu cơ sở của Hãng Xà Bông Việt Nam để trở thành Nhà máy hợp doanh Xà bông Việt Nam thuộc Bộ Công nghiệp nhẹ. Năm 1995, đơn vị này trở thành công ty Phương Đông thuộc Bộ Công nghiệp. Tháng 7/1995, công ty Phương Đông liên doanh với tập đoàn Procter & Gamble lập một nhà máy mới ở Bình Dương.

4- Mặc dầu ở địa vị cao và có thế trong xã hội, ông không bao giờ khoe khoang tự mãn, trái lại ông rất khiêm tốn, tập trung vào công việc phát triển kỹ nghệ, kinh tế, kinh doanh mang đến phúc lợi cho quần chúng.

5- Trương Văn Bền cũng có viết 3 tác phẩm: *Phương pháp chế tạo xà phòng* (1918), *Phương pháp cải tạo các giống lúa* (1932) và *Phương pháp lấy dầu thông* (1932).

18. Phép Vua thua lệ Làng

Tổ chức làng xã ngày xưa ở nước mình từ Bắc vô Nam mỗi nơi có khác do hoàn cảnh địa dư và quá trình hình thành trước sau cụ thể của từng vùng.

Thuở sơ khai ấy về mặt tổ chức, nhà vua dựa vào làng và chỉ biết có làng. Làng dựa vào gia đình và chỉ biết gia đình. Do vậy con người thuở đó không có tư cách pháp nhân như ngày nay.

Làng xưa là một pháp nhân. Vua giao cho làng mọi nghĩa vụ và xã quan hay kỳ mục trong làng tùy nghi phân bố lại cho dân trong làng.

Do vậy có bao chuyện tệ nạn, hủ tục mà nay nghe lại tưởng chừng như chuyện huyền thoại quanh "Phép vua thua lệ làng" của người mình ngày xưa!

Thế nào là lệ làng?

Nước có phép nước, làng là nhà nước nhỏ nên làng có lệ của làng.

Lệ làng là các lề lối, phép tắc tự đặt ra trong làng, lâu ngày thành thói quen. Lệ làng có mục đích phân định vị trí, ngôi thứ và giá trị người dân trong làng như là thứ luật bất thành văn, nó tồn tại lâu dài cho tới khi người Pháp chiếm nước ta.

Lệ làng căn cứ trên quan hệ giữa người với người và quan hệ giữa người với tự nhiên để xếp thứ bậc con người thành hai nhóm tước vị, gọi là "vương tước" và "thiên tước".

- *Vương tước xếp người trong làng ra 5 bậc từ trên xuống.* Một là phẩm hàm do vua ban mà có; hai là người sống thọ 60 tuổi trở lên; ba là các kỳ mục tức là những

Cổng làng miền Bắc

người có chức vụ trong làng; bốn là tư văn gồm người có học vấn tuy không làm quan; năm còn lại là dân đình gồm tất cả người còn lại trong làng.

- ***Thiên tước*** *dựa theo tuổi* của con người mà xếp bậc. Theo đó chia ra 4 bậc hạng theo thứ tự như: Bậc trưởng thượng là người sống trên 70 tuổi; bậc trung là người sống từ 60 đến 69 tuổi; bậc dưới gồm những ai từ 55 đến 59 tuổi; bậc đồng hạng cho những người dưới 55 tuổi.

Người tuổi cao xếp ở bậc trưởng thượng được mọi người trong xã hội kính trọng. Thế mới nói "Sống lâu lên lão làng" là vậy.

Làng xã Việt Nam, đặc biệt ở miền Bắc dưới mắt người Pháp khi mới đến là những kỳ bí, được ông P. Pasquier ghi lại như sau:

"Ngày nay ta thấy làng người Việt Nam thế nào, thì xưa nay vẫn thế. Nó luôn luôn lẩn tránh con mắt mọi người ngoài. Ta chỉ có thể vào làng một cách khó khăn, và ngay các quan lại đại diện uy quyền nhà vua, trong khi được tiếp đón ở làng với những lễ nghi và sự trân trọng mà nghi thức và tục lệ quy định, cũng thường chỉ biết ngôi đình hay ngôi chùa mà họ được đưa đến.

Tha thiết với tự do của mình, với tổ chức bên trong của mình, luôn ngờ vực, e rằng vẻ sung túc của làng mình, sự phong phú của vườn tược của mình, con số nhà ở của mình, gợi cho chánh quyền ý nghĩ tăng thêm thuế má, dân làng giấu thật kín con người và tài sản của mình, và tránh né đằng sau cái thực tế vô danh này: là làng xã.

Ta chẳng bao giờ thấy ngôi chùa thờ một đức Phật nổi tiếng bên trong một làng, vì sẽ có quá nhiều người lạ vào chùa trong các thời kỳ trẩy hội, vả chăng mà thiên nhiên có thể tạo cho vị thần cũng không có ở đây. Các chợ búa lớn cũng vậy, bao giờ cũng họp ở các ngã tư đường, gần sông gần các làng, nhưng chẳng bao giờ họp bên trong làng.

Sự tự do của làng xã, muốn được phát huy đầy đủ, cần phải dựng lên quanh nó một bức tường thành thật sự. Đây là một gia đình đóng cửa để bàn việc riêng, không bị gò bó và không chấp nhận tai nghe của người ngoài…"

(Theo Nguyễn Văn Huyên, *Văn Minh Việt Nam*)

Bên trong những ngôi làng miền Bắc đóng kín, mọi hoạt động vận hành theo ngôi thứ mà câu tục ngữ *"Một miếng thịt làng bằng một sàng thịt chợ"* như nói lên cái ngôi thứ trong làng ngày xưa!

Theo đó, người dân thường nếu chưa lên lão, là bạch đinh họ phải gánh chịu hầu như tất cả công việc quan sai, phục dịch cho các chức sự không công, và kể cả cầm cờ trống khiêng rước quan chức trong các lễ làng…

Nhưng họ không có chỗ ngồi trong đình làng, không được mời dự việc làng, không có phần ăn uống trong cỗ tiệc do làng tổ chức.

Con trai sanh ra không có khai sanh, đến 1 tuổi phải làm lễ "Vào Làng" từ đó cha mẹ phải đóng góp mọi nghĩa vụ thay cho con. Đến 18 tuổi, thành dân đinh nếu không có ngôi thứ trong làng họ phải chịu sưu dịch và muốn có vị thứ phải đóng tiền cho làng.

Lệ này xuất phát từ năm 1362, vua Trần Dụ Tông cho nhà giàu nạp lúa để mua chức trong làng. Đến năm 1460 vua Lê Thánh Tôn ra lệ người nào nạp 200 thạch lúa trở lên được chức hàm chánh thất phẩm; dưới 200 thạch được chức hàm tùng thất phẩm; ai nạp 100 thạch được hàm tùng bát phẩm và con cái họ được miễn sưu dịch và miễn lính (Thạch là đơn vị đo lường xưa tương đương 100 lít).

Về sau này lại có lệ nạp tiền thay cho lúa. Qui định rằng người đang làm quan nạp 500 quan sẽ được cho lên một trật; người dân thường ai nạp 2,500 quan được cho chức phụ quan (Quan tiền là đơn vị tiền tệ xưa, 1 quan bằng 10 tiền).

Đến thế kỷ XIX, vào thời Tây, dân làng đàn ông chia ra ra 3 hạng theo tuổi nhằm qui định thuế và sưu dịch. Sưu là công việc nặng nhọc mà dân đình phải đóng góp cho làng nước như là thứ nghĩa vụ.

1. Hạng tráng, đàn ông từ 20-55 tuổi phải làm nghĩa vụ đi lính và lao dịch;

2. Hạng dân đình từ 18 đến 20 tuổi chưa đến tuổi lính nhưng phải chịu sưu, và sưu sau này thay bằng tiền gọi là thuế thân.

3. Người không có tài sản đóng thuế thân 1 đồng ở Bắc kỳ, 6 hào ở Trung kỳ và ở Nam kỳ thì nhiều hơn. Người 60 tuổi trở lên khỏi thuế thân.

*

Việc chọn lựa xã quan trong làng ban đầu do vua chỉ định.

"Chức xã trưởng trước hết là người phải giữ gìn phong hóa... kén chọn trong làng, con em nhà lương gia, các nho sinh, các con cháu quan viên, các nhiêu nam sinh đồ cùng những người có học thức có tính thanh liêm công bằng, cần cù siêng năng bầu lấy một người làm xã quan để viên chức ấy làm tiêu biểu cho hương xã..."

Hội đồng kỳ mục ngoài Bắc gồm những người có phẩm hàm trong làng. Hội đồng này chọn ra lý trưởng lo giao dịch chánh quyền, phó lý lo an ninh, tiên và thứ chỉ là nhân viên chấp hành của hội đồng lo mọi việc. Dưới có nhân viên thừa hành như xã tuấn hay trương tuần canh gác, giữ an ninh họ không có thù lao.

Danh từ Xã quan đến đời Minh Mạng đổi thành Lý trưởng, tới thời Pháp thì chức Hội đồng Kỳ mục và Lý trưởng là người của Pháp!

Ở Nam kỳ năm 1927 làng được điều hành bởi ban Hội tề gồm có 13 hương chức. Gồm:

- **Hương cả** là người đứng đầu, hai phó là hương chủ, hương sư.

- **Các thành viên:** Hương Trưởng, Hương Chánh, Hương Giáo, Hương Quản, Hương Bộ, Hương Thân, Xã trưởng, Hương Hào, Hương Lễ, Chánh Lục Bộ.

Sau khi chiếm lấy Việt Nam, Pháp không ngừng can thiệp vào tổ chức làng xã và đã làm thay đổi gần như toàn diện cơ cấu xã thôn tự trị xứ mình, đặc biệt ở miền Bắc.

Tới nay hình ảnh làng xã ngày xưa với "Phép Vua thua lệ Làng" chỉ còn là những gì trong sách.

o0o

CÙNG TÁC GIẢ

TÁC PHẨM ĐÃ XUẤT BẢN

1. *Trần Văn Chi, Hoạt Động tại Hoa Kỳ.* Đông Á xuất bản năm 2001.
2. *Tìm Hiểu Cải Lương.* Văn Mới xuất bản năm 2005. Sách đã hết. Đang chờ tái bản.
3. *Hương Vị Ngày Xưa.* Xưa Và Nay xuất bản lần đầu năm 2005. Tái bản lần thứ nhứt năm 2006.
4. *Tình Nghĩa Giáo Khoa Thư.* Xưa Và Nay xuất bản lần đầu, năm 2005. Tái bản, in lần thứ Hai, năm 2006. Tái bản, in lần thứ Hai, năm 2006. NX B SỐNG - Tái bản, in lần thứ Ba, 2024.
5. *Bảo Đại Vị Hoàng Đế Cuối Cùng Của Triều Nguyễn.* Xưa Và Nay xuất bản, 2013.
6. *Triều Nguyễn Và Công Cuộc Mở Đất Phương Nam* - NX B SỐNG - Tái bản, in lần thứ Hai, 2024.

ĐÓN ĐỌC TÁC PHẨM SẮP IN:

7. *Món Ngon Miền Nam.*
8. *Good Morning Little Saigon.*

www.ingramcontent.com/pod-product-compliance
Lightning Source LLC
LaVergne TN
LVHW041746060526
838201LV00046B/920